புலி

புலி

என். சொக்கன்

Title: Puli
Author's Name: N Chokkan

Published by Kamarkat

Kamarkat Prachuram
(An imprint of Zero Degree Publishing)
No. 55(7), R Block, 6th Avenue,
Anna Nagar,
Chennai - 600 040

Website: www.zerodegreepublishing.com
E Mail id: zerodegreepublishing@gmail.com
Phone : 89250 61999

Kamarkat First Edition: January 2023
ISBN: 978-93-95222-08-2
TITLE No. Kamarkat: 8

Cover Design & Layout: Vijayan, Creative Studio

1

'ப்ரியா, உனக்கு இரக்கமே கிடையாதா?'

வழக்கமான காலை நேரத் திருப்பள்ளி எழுச்சி ஆரம்பமாகி விட்டது. நரேன் சங்கடமாகப் புரண்டு படுத்தான்.

வாரத்தில் ஐந்து நாள், ஸ்வாமி சுலோகம்போல் இந்தக் கெஞ்சுதல்களைக் கேட்டுக்கொண்டுதான் எழவேண்டியிருக்கிறது. கூடவே இலவச இணைப்பாகக் காட்டுக் கூச்சல், அல்லது அழுகை.

பிள்ளைகளைக் காலை நேரப் பள்ளிக்குத் தயார் செய்து அனுப்ப, இதைவிட உத்தமமான ஒரு வழிமுறை இல்லையா? என்னென்னவோ புது வஸ்துகளைக் கண்டுபிடித்து நம் பாக்கெட்டை காலி செய்கிற விஞ்ஞானிப் புண்ணியவான்கள், இதற்கு ஓர் உபாயம் உண்டாக்கக்கூடாதா?

கண்களில் இன்னும் மிச்சமிருக்கிற தூக்கத்துடன் எழுந்து உட்கார்ந்தான் நரேன். கைகளைத் தேய்த்து உள்ளங்கையில் சரஸ்வதியோ, லட்சுமியோ பார்த்துவிட்டு, எதிர்ச் சுவரில் பிள்ளையாரைத் தரிசிப்பதற்குள், பாத்ரூமிலிருந்து இன்னொரு அதட்டல் கேட்டது.

'ப்ரியா, இன்னும் பத்து நிமிஷத்தில வேன் வந்துடும், நீ எப்போ சாப்பிட்டு, எப்போ ரெடியாகப்போறியோ.'

விமலாவின் கெஞ்சல், கொஞ்சல், அதட்டல், அழுகை எல்லாவற்றுக்கும் ஒரு விசேஷ ராகம் உண்டு. கொஞ்சம் வயலின், இத்தனூண்டு புல்லாங்குழல் பின்னணி சேர்த்தால், ஒரு பக்தி கீதம்போல் அழகாகிவிடும்.

நரேன் கட்டிலில் இருந்து கீழே இறங்கியபோது, அந்த க்ரீச் சப்தம் பாத்ரூமுக்குக் கேட்டிருக்கவேண்டும், ‘அப்பா, இந்த அம்மா பாரேன், என்னைத் திட்டறா’ என்றபடி ஈரம் சொட்டச் சொட்ட ஓடி வந்தது குழந்தை.

‘குட்மார்னிங்’ என்றான் நரேன், ‘நீ அதுக்குள்ள குளிச்சிட்டே போலிருக்கே, வெரி குட்.’

‘உன் பொண்ணை நீதான் மெச்சிக்கணும்’ ஒரு பிரம்மாண்ட டவலுடன் பாத்ரூமிலிருந்து வந்தாள் விமலா, ‘ஒரு சின்ன காக்கா குளியல், அதுக்கு அரை மணி நேரம் இவளைக் கெஞ்சவேண்டியிருக்கு.’

இதுபோன்ற தாக்குதல்களை ஆமோதித்தாலும் கஷ்டம், எதிர்த்தாலும் கஷ்டம். நரேன் மௌனமாக ப்ரஷ், பேஸ்ட் தேடப் போனான்.

ஜில் தண்ணீர் சுரீர் என்று உள்ளங்கையைக் குத்தியபோது, பின்னணியில் ப்ரியாவின் பிடிவாதக் குரல் கேட்டுக்கொண்டே இருந்தது, ‘எனக்கு இட்லி வேணாம், உப்புமாதான் வேணும்’

‘ஏண்டி, நேத்துதானே உப்புமா வேணாம்ன்னு தூக்கி எறிஞ்சே?’

‘அது நேத்திக்கு, இது இன்னிக்கு’

குழந்தைகள் என்னவெல்லாம் பேசக் கற்றுக்கொண்டுவிடுகிறது. நரேனுக்கு எப்போதும் வருகிற சந்தேகம் மீண்டும் அவனைத் துளைத்தது, இந்தக் குழந்தைகளுக்கு மொழி இலக்கணம் எப்படிப் புரிகிறது? வெறும் கேள்வி ஞானத்தினாலா?

அவன் பல் தேய்த்து முகம் துடைத்துவிட்டு, அன்றைய செய்தித் தாளைக் கையில் எடுத்துக்கொண்டான். குழந்தைக்குத் தலை பின்ன மன்றாடிக்கொண்டிருந்த விமலா, ‘இன்னிக்கு நீயே காஃபி போட்டுக் குடிச்சுக்கோயேன், ப்ளீஸ்’ என்றாள்.

‘நோ ப்ராப்ளம்’ என்றான் நரேன், ‘நீ காஃபி குடிச்சியோ?’

‘எப்பவோ அஞ்சரை மணிக்குக் குடிச்சது, இவ தலைவலியில எல்லாம் கரைஞ்சு ஆவியாப் போச்சு.’

பேப்பரில் பட்ஜெட் எதிர்பார்ப்புக் கட்டுரை விதவிதமான வரைபடங்களுடன் அரைப் பக்கத்துக்கு நீண்டிருந்தது. அதை மடித்துக் கையில் எடுத்துக்கொண்டபடி சமையலறைக்குள் சென்றான் நரேன். மேடைமேல் பால் பாக்கெட் பிரிக்கப்படாமல் கிடந்தது.

கக்கத்தில் பேப்பர், இரண்டு கைகளிலும் காஃபி என அவன் வெளியே வந்தபோது, ப்ரியாவின் அடுத்த கலாட்டா ஆரம்பமாகியிருந்தது, ‘எனக்கு ஜீன்ஸ் வேணாம், பாவாடை சட்டைதான் வேணும்.’

‘எப்பப்பார் பாவாடை, சட்டை, உங்க பிள்ளைங்க எல்லாம் உன்னைக் கிண்டல் பண்ணமாட்டாங்களாடீ?’

‘ம்க்கும், பாய்ஸ்தான் பேன்ட் ஷர்ட் போடுவாங்க, நான் என்ன பாயா?’ என்றபடி பளபளா ஜீன்ஸை சோஃபாமேல் விசிறியடித்தாள் ப்ரியா, ‘பாவாடை சட்டை போட்டுவிட்டாதான் நான் ஸ்கூலுக்குப் போவேன், இல்லாட்டி லீவ்.’

‘ஆமா, இப்படி மாசத்துக்குப் பத்து நாள் லீவ் போடு, அப்புறம் படிப்பு இல்லாம கழுதைதான் மேய்க்கணும்.’

‘நோ ப்ராப்ளம், டாங்கீஸ் ஆர் ஃபன்’ என்றாள் ப்ரியா, ‘அப்பா, நீயும் ஆஃபீஸுக்கு லீவ் போடு, நாம ஒண்ணாக் கழுதை மேய்க்கலாம்.’

சிரிப்பில் நரேனுக்குப் புரையேறிவிட்டது, ‘விமலா ஒரு வாய் காஃபி குடிச்சுக்கோ, நான் அவளுக்கு ட்ரெஸ் போட்டுவிடறேன்.’

‘அதெல்லாம் வேணாம்’ என்றபடி காஃபியைக் கொதிக்கக் கொதிக்க தொண்டையில் சரித்துக்கொண்டாள் விமலா, ‘உள்ளேயிருந்து ஒரு பாவாடை, சட்டை ட்ரெஸ் கொண்டு வா, போதும்.’

ஒருவழியாக ப்ரியாவுக்கு உடை அணிவித்து ஒரு கால் ஷூ மாட்டுவதற்குள், வாசலில் பாம், பாம் ஒலி கேட்டது. வேன் வந்துவிட்டது.

'சீக்கிரம் இன்னொரு ஷூவை மாட்டும்மா' என்றாள் விமலா.

'ம்ஹூம்' என்று தலையசைத்து மறுத்தபோது ப்ரியாவின் ரெட்டை ஜடை அழகாகத் துள்ளியது, 'நீ ஷூவைத் தரையில தட்டவே இல்லை, உள்ள எதுனா பூச்சி இருந்து என்னைக் கடிச்சா, நீயா பொறுப்பு?'

'மண்ணாங்கட்டி' ஆவேசமாக ஷூவைத் தரையில் அறைந்தாள் விமலா, 'தட்டியாச்சு, இப்போ ஷூ போடு'

மீண்டும் 'பாம் பாம்' ஒலி பொறுமையற்று ஒலித்தது. குழந்தையை அள்ளி இடுப்பில் வைத்துக்கொண்டபடி அவசரமாக வாசலுக்கு ஓடினாள் விமலா.

நரேன் பெருமூச்சுடன் பேப்பருக்குத் திரும்பினான். விமலாவின் மிச்சமிருந்த காஃபி ஆறிப்போயிருந்தது!

2

ஒன்றரை லட்ச ரூபாய்!

விமலா பெருமூச்சுடன் சுற்றிலும் பார்த்துக்கொண்டாள். அத்தனை பணத்தைக் கொட்டிக் கொடுத்து, இத்தனூண்டு கைக்குட்டை சைஸ் வெற்றிடத்தை வாங்கியிருக்கிறது.

கார் வைத்திருக்கிறவர்கள், அதைப் பத்திரமாக நிறுத்துவதற்கு ஓர் இடம் தேவை. உண்மைதான். ஆனால் அந்தக் காலியிடத்திற்கு ஒன்றரை லட்சம் விலை நிர்ணயிக்கவேண்டும் என்று ஒருவனுக்குத் தோன்றியிருக்கிறது என்றால், அவன் எத்தனை பெரிய எத்தனாக இருக்கவேண்டும்!

அவளைச் சுற்றிலும் அப்படிப் பதினெட்டு காலியிடங்கள் இருந்தன. ஒவ்வொன்றும், ஒன்றரை லட்ச ரூபாய் கொடுத்து வாங்கப்பட்ட வெற்றிடங்கள்.

இந்த ஊரில் அப்படியெல்லாம் யார் கணக்குப் பார்க்கிறார்கள்? 'கார் பார்க்கிங் இத்தனை லட்சம்' என்று காகிதத்தில் எழுதிக் கொடுத்துவிட்டால், 'ஓகே, ஆல்ரைட்' என்று செக் கிழித்துக் கொடுத்துவிடுகிறார்கள்.

பிரச்னை என்னவென்றால், இங்கே யாரும் பணத்தைக் கண்ணால் பார்ப்பதே இல்லை. மாதம் பிறந்ததும் சம்பளம்

நேரடியாக வங்கிக் கணக்குக்குப் போய்விடுகிறது. அதன்பிறகு செலவெல்லாம், காசோலைகளாகவும், கடன் அட்டை வடிவிலும்தான் பிதுங்கித் திணறுகின்றன. கண்ணால் பார்க்காத பணத்தின்மீது, யாருக்கு அக்கறை வரும்?

காரே இல்லாத வீட்டுக்கு, ஒரு கார் நிறுத்துமிடம் அவசியம் வாங்கியாகவேண்டும், அதற்கு ஒன்றரை லட்ச ரூபாய் எண்ணிக் கீழே வைத்தாகவேண்டும். விமலாவுக்கு ஐயோ என்றிருந்தது.

இதே எங்கள் ஊரில் இப்படி ஒரு சமாசாரம் நடந்திருந்தால், நடு ரோட்டில் நிறுத்திவைத்து அறைந்திருப்பார்கள், 'யாரை ஏமாத்தப் பாக்கறே?' என்று மொத்த ஊரும் நியாயம் கேட்க வந்திருக்கும்.

இங்கே அதெல்லாம் நடக்காது. வீடு என்றால் கார் இருக்கும், கார் நிறுத்துமிடமும் அவசியம், இல்லையென்றால், பின்னால் வீட்டை விற்கும்போது பிரச்னை வரும், ஆகவே, இந்தா பிடி ஒன்றரை லட்சம், என்ஜாய்!

எப்போதோ வீட்டை விற்கப்போவதுபற்றி, இப்போதே நினைக்கவேண்டியிருக்கிறது. கைக் காசைக் கொட்டி துளி கர்ச்சீப் நிலம் வாங்கவேண்டியிருக்கிறது.

தான் பயன்படுத்தாத அந்த வெற்றிடத்தில், தினமும் கால் மணி நேரமாவது உலாத்துவது என்று வைத்திருந்தாள் விமலா. பள்ளியிலிருந்து ப்ரியா வருவதற்காகக் காத்திருக்கும் நேரம், இப்படியாவது உருப்படியாகச் செலவழியட்டுமே. கொஞ்சம் உடம்பேனும் குறையும்.

ராத்திரி நேரத்தில், இந்த கார் நிறுத்துமிடம் நிரம்பி வழியும். கார் ஷோரூம்போல, ஊரில் இருக்கும் எல்லா ரக கார்களும் வகைக்கு ஒன்றாக நின்றிருக்கும். அபூர்வமாக, அவர்களுடைய இடம்மட்டும்தான் காலியாக வெறிச்சிட்டிருக்கும்.

எல்லோரும் கார் வைத்திருக்கிற அபார்ட்மென்டில் தங்களிடம் மட்டும் கார் இல்லையே என்று விமலாவுக்கு எப்போதாவது தோன்றுவதுண்டு. ஆனால், அதற்கான செலவை நினைத்துப்

பார்க்கும்போது அந்த எண்ணம் அழிந்துபோய்விடும்.

நரேனுக்கு இந்த விஷயம் தெரிந்தால், அடுத்த விநாடி கார் வாங்கவேண்டும் என்று துடிப்பான். அதன்பிறகு கடனுக்கும் பெட்ரோலுக்கும் செலவழிப்பதுகுறித்து அவனுக்கொன்றும் ஆட்சேபணை இல்லை.

ஆனால், கைதட்டிக் கூப்பிட்டால் ஆட்டோ வருகிறது, ராணிபோல் அழைத்துச் சென்று, அதேபோல் திருப்பிக் கொண்டுவந்து விடுகிறார்கள். எனக்கெதற்கு கார்?

தவிர, காரைப் புதுசுபோல் பராமரிப்பது, பாதுகாப்பது யாரால் ஆகிறது? தினமும் இங்கே கார்களைத் துடைக்கும் செக்யூரிட்டிக்கு, மாதம் முன்னூறு ரூபாய் தரவேண்டியிருக்கும்.

அஞ்சு லட்ச ரூபாய் கொடுத்து யானை வாங்கியபிறகு, முன்னூறு ரூபாய் அங்குசத்துக்குக் கணக்குப் பார்த்தால் முடியுமா? விமலா வெட்கமாகச் சிரித்துக்கொண்ட நேரத்தில், வாசல் கேட் அருகே ஹாரன் சத்தம் கேட்டது.

காலை நேரத்தில் பரபரப்பைக் கிளப்பி டென்ஷன் ஏற்றுகிற இதே ஹாரன் சப்தம், இப்போது உற்சாகம் கொண்டுவருகிறது. என்னதான் ஐந்து மணி நேரப் பிரிவு என்றாலும், ஆறு வயசுக் குழந்தையை அத்தனை நேரம் விட்டுப் பிரிந்திருப்பது சாதாரண விஷயமா? மறுபடி அதன் சிரித்த முகத்தையும், ‘என்னைத் தூக்கிக்கொள் ‘என்பதுபோல் விரிந்த கைகளையும் பார்த்தால்தான் மனத்தில் சந்தோஷம் திரும்புகிறது.

அவசரமாக கேட் நோக்கி ஓடினாள் விமலா. பழுப்பு நிறக் கரடியொன்றின் படம் வரைந்த அந்த வேன், அவளுக்காகக் காத்திருந்தது.

அவள் நெருங்கியதும், கதவு அவசரமாகத் திறந்தது. ஆனால் உள்ளே, ப்ரியா இல்லை.

3

‘குழந்தை எங்கேங்க?’ வேன் ஓட்டுனரிடம் பரபரப்பாகக் கேட்டாள் விமலா.

அவர் பதில் சொல்வதற்குச் சில விநாடிகள் பிடித்தது. அதற்குள் விமலாவின் கற்பனை பல திசைகளில் ஓடத் தொடங்கிவிட்டது, ‘என்னாச்சுங்க?’

‘ஒண்ணுமில்லைங்க, குழந்தை பின்னாடி நடந்து வருது.’

அமைதியான அவருடைய குரல் விமலாவுக்குக் கோபம் ஊட்டியது, ‘என்ன இப்படிச் சொல்றீங்க? அவதான் நடந்து வருவேன்னு பிடிவாதம் பிடிச்சா, நீங்க எப்படி இறக்கிவிடலாம்? குழந்தைக்கு எதுனா ஆச்சுன்னா யார் பொறுப்பு?’

‘இல்லைங்க, அவளைப் பார்த்து மத்த குழந்தைங்க பயப்படுது’ என்றார் அவர் பரிதாபமாக.

‘ஆமா ஆன்ட்டி’ என்றது ஸ்ரீஜா. பெயருக்கேற்ப, எந்நேரமும் மலையாளப் பொட்டும் ஜரிகை போட்ட வெள்ளைப் பாவாடையும் அணிந்த கேரளப் பெண் குட்டி.

‘ப்ரியாவைப் பார்த்து உனக்கு என்ன பயம் ஸ்ரீஜா?’ குழப்பமாகக் கேட்டாள் விமலா.

'அவகிட்ட ஒரு டைகர் இருக்கு' என்றது இன்னொரு குழந்தை.

'டைகரா?' அந்தப் பதற்றத்திலும் விமலாவுக்குச் சிரிப்புதான் வந்தது. இந்தக் குட்டியூண்டு வயசில் குழந்தைகள்தான் எப்படியெல்லாம் விநோதமாகக் கற்பனை செய்யக் கற்றுக்கொண்டுவிடுகின்றன.

இவர்களிடம் பேசிப் பிரயோஜனம் இல்லை. அவசரமாக அந்த வேனைத் தாண்டி சாலைக்கு வந்தாள் விமலா, ப்ரியா எங்கே? ஏன் வேனில் வராமல் நடந்து வருகிறாள்?

தூரத்தில் ப்ரியாபோலவே உடை அணிந்த ஒரு பெண், பக்கத்தில் ஒரு நாய்க் குட்டியுடன் நடந்துவந்துகொண்டிருந்தாள். அந்த நாய்க் குட்டி கழுத்தில் ஒரு தோல் பட்டை கட்டி, அதை அவள் கையில் பிடித்திருந்தாள்.

உற்றுப் பார்த்தபோது, அது ப்ரியாதான் என்று புரிந்தது. அவள் பக்கத்தில் இருப்பதும், நாய்க் குட்டி இல்லை, புலிக் குட்டி.

புலியா? கண்களைத் தேய்த்துவிட்டுக்கொண்டு மீண்டும் பார்த்தாள் விமலா. புலியேதான்.

ஸ்ரீஜாவும் அவளுடைய சிநேகிதியும் சொன்னது உண்மைதான் என்பது விமலாவுக்குப் புரிந்தது. ப்ரியா கையில் ஒரு புலிக் குட்டி, எப்படி?

புலி என்றதும், அதன் கோரப் பற்கள்தான் அவள் நினைவுக்கு வந்தன. கூடவே, எத்தனை பெரிய மனிதனையும் ஒரே வீச்சில் பிய்த்து எறிந்துவிடக்கூடிய வலிமை வாய்ந்த அதன் கைகள் அல்லது கால்களும்.

'ஐயோ, குழந்தை'. பதற்றத்துடன் ப்ரியாவை நோக்கி ஓடினாள் விமலா.

அவளைப் பார்த்ததும், ப்ரியா நின்றுவிட்டாள். புலிக் குட்டியும் நடப்பதை நிறுத்திவிட்டு, விமலா முகத்தை ஆவலுடன் பார்த்தது.

'ப்ரியா, என்னது?'

‘சிங்காரி-ம்மா’ என்ற ப்ரியா, சற்றே குனிந்து அதனைக் கட்டிக்கொண்டாள் ‘என்னோட புது ஃப்ரெண்ட்.’

‘ஐயோ, ப்ரியா, புலியைத் தொடாதே கடிச்சுடும்’ என்றாள் விமலா.

‘சேச்சே, சிங்காரி யாரையும் கடிக்கமாட்டா’ பிடிவாதமாகத் தலையசைத்து மறுத்தாள் ப்ரியா, ‘அப்படித்தானே சிங்காரி?’

‘ஆமாம்’ என்பதுபோல் தலையை மேலும் கீழும் அசைத்தது அந்தப் புலி.

‘ப்ரியா, இதென்ன விளையாட்டு? முதல்ல அந்தப் புலியை விட்டுட்டு அம்மாகிட்டே வா’ கொஞ்சம் அதட்டல், மிச்சம் கெஞ்சுதலாகச் சொன்னாள் விமலா.

‘ம்ஹூம், சான்ஸே இல்லை’ என்றாள் ப்ரியா, ‘இனிமே சிங்காரி நம்மகூடதான் இருக்கப்போகுது.’

ஐயோ பகவானே, எனக்கென்று இப்படிப்பட்ட பிரச்னைகளெல்லாம் ஏன் வருகிறதோ, பயம், பெருமூச்சுடன் சுற்றிலும் பார்த்தாள் விமலா.

தெருவில் ஒரு ஈ, காக்கா இல்லை. எல்லோரும் அலுவலகங்களுக்குள் இருக்கிறார்கள். அல்லது இருபத்தைந்து ரூபாய் அன்லிமிட்டெட் மீல்ஸ் சாப்பாட்டுக் கடைகளுக்குள்.

பின்னால் திரும்பிப் பார்த்தபோது, ப்ரியாவின் பள்ளி வேன்கூட கிளம்பிப் போயிருந்தது. அதனுள் ஸ்ரீஜாவும், அவளுடைய சிநேகிதிகளும் புலி பயம் இல்லாமல் இப்போது உற்சாகமாக விளையாடிக்கொண்டிருப்பார்கள்.

அவர்கள் எக்கேடோ கெடட்டும், இப்போது இந்தப் புலியை என்ன செய்வது?

அந்தப் புலி, ப்ரியாவின் உயரத்தில் கால்வாசிதான் இருந்தது. கொஞ்சம் பெரிய சைஸ் பூனைபோல் தன்னைத் தானே நக்கிக்கொண்டு சுற்றிலும் வேடிக்கை பார்த்தபடி இருந்தது.

என்னதான் குட்டிப் புலியானாலும், கொல்லுகிற குணம்

இல்லாமல் போகுமா? ப்ரியாவைக் கவலையுடன் பார்த்தாள் விமலா.

'ப்ரியா, ப்ளீஸ் வந்துடும்மா...'

'சிங்காரியும் என்னோடதான் வருவா' ப்ரியாவின் குரலில் உறுதி தெரிந்தது, 'அவ பாவம், ரொம்பப் பசியா இருக்கா, வீட்ல ப்ரெட், பட்டர், ஜாம் இருக்கா?'

விமலா கொஞ்சம் யோசித்தாள். இந்த நேரத்தில், பதற்றமில்லாமல் செயல்படுவதுதான் புத்திசாலித்தனம். இங்கே இவளோடு விவாதம் செய்வதைவிட, அந்தப் புலியை வீட்டினுள் அனுமதித்து, எங்காவது கூண்டில் அடைத்துவைத்து ஜூவுக்கு போன் செய்தால், அவர்கள் பார்த்துக்கொள்வார்கள்.

'சரி, வா' என்று ப்ரியாவின் கையைப் பிடித்துக்கொண்டாள் விமலா. பின்னாலேயே சிங்காரியும் மெல்ல நடந்துவந்தது.

4

'புலியா? யு மஸ்ட் பி ஜோக்கிங்' நரேனின் குரலில் கலந்திருந்த சிரிப்பு, தொலைபேசியின் ஸ்பீக்கரில் கரகரத்தது.

'ஐயோ, சத்தியமா இல்லை நரேன், ப்ளீஸ் என்னை நம்பு' என்றாள் விமலா, 'இங்கே நிஜமாவே ஒரு புலி இருக்கு, ப்ரியா பக்கத்தில உட்கார்ந்து பால் குடிச்சுக்கிட்டிருக்கு.'

'ஃபீடிங் பாட்டில்லயா?' என்றான் நரேன் கிண்டலாக.

'ஆமா' அவசரமாகச் சொன்னாள் விமலா, 'அது ப்ரெட் சாப்பிடுது, ஜாம் சப்புக் கொட்டிக்கிட்டுத் திங்குது, இப்போ பாட்டில் பால் குடிச்சுக்கிட்டு ப்ரியாவோட டிவி பார்த்துக்கிட்டிருக்கு.'

'விமலா, உனக்கு பைத்தியம்தான் பிடிச்சிருக்கு' என்றான் நரேன், 'நாம ஈவினிங் பேசுவோம்.'

'நரேன், திஸ் ஈஸ் சீரியஸ்' விமலா கிட்டத்தட்ட ஓர் அழுகையின் பக்கத்தில் வந்திருந்தாள், 'இந்தக் குட்டிப் பிசாசு எங்கிருந்தோ ஒரு புலியைப் பிடிச்சுக்கிட்டு வந்திருக்கு, அது எந்த நேரத்தில என்ன பண்ணுமோன்னு எனக்கு பயமா இருக்கு.'

சில நிமிடங்களுக்கு நரேனிடம் இருந்து பதில் எதுவும் வரவில்லை. பின்னர் மிக அமைதியாக, ‘இப்போ என்னை என்ன பண்ணச் சொல்றே?’ என்றான்.

‘நீ உடனடியா இங்கே புறப்பட்டு வரணும்’ என்றாள் விமலா, ‘இந்தப் புலி எங்கிருந்து வந்ததுன்னு கண்டுபிடிச்சு, அவங்ககிட்டேயே அதை ஒப்படைக்கணும், அப்போதான் எனக்கு நிம்மதி.’

‘ஓகே’ பெருமூச்சுடன் சொன்னான் நரேன், ‘நான் முடிஞ்ச வரைக்கும் சீக்கிரமாப் புறப்பட்டு வர்றேன், நீ கவலைப்படாதே.’

‘கவலை இல்லை நரேன், பயம்.’

‘ஏதோ ஒண்ணு’ என்றபடி இணைப்பைத் துண்டித்தான் நரேன். கொய்ங் கொய்ங் என்று சத்தமிட்ட தொலைபேசியையே சில விநாடிகளுக்கு வெறித்துப் பார்த்துக்கொண்டிருந்தாள் விமலா.

நரேன் புலிக் கதையை நம்பவில்லை. அவளுக்கு நிச்சயமாகப் புரிந்தது. இவன் இப்போதைக்கு வரமாட்டான், நானேதான் இதைக் கையாண்டாகவேண்டும்.

ப்ரியாவுடன் ஒரே சோஃபாவில் அமர்ந்தபடி தொலைக்காட்சியை ரசித்துக்கொண்டிருந்த புலியை மிகுந்த அச்சத்துடன் பார்த்தாள் விமலா. எந்த விநாடியில் அது கோரப் பற்களைக் காட்டியபடி ப்ரியாமேல் பாயுமோ என்று அவளுக்கு நடுக்கமாக இருந்தது.

ஆனால், புலியின் அருகே உட்கார்ந்திருந்த ப்ரியாவிடம், பயத்தின் சுவடுகளே இல்லை. சொல்லப்போனால், தனது மற்ற மெத்மெத் பொம்மைகளை எப்படிக் கொஞ்சுவாளோ, அதேபோன்ற நெருக்கத்துடன் அந்தப் புலியைக் கட்டிக்கொண்டிருந்தாள் அவள்.

ஒருவேளை, இது நிஜமாகவே பொம்மைதானோ? நரேன் சொல்வதுபோல் எனக்குதான் பைத்தியம் ஏதும் பிடித்து விட்டதா? தலையைப் பிடித்துக்கொண்டு டைனிங் டேபிள் நாற்காலியில் அமர்ந்தாள் விமலா.

நரேன் கிடக்கட்டும். ஆறு வயசுப் பிள்ளை ஒரு புலியுடன்

வீட்டுக்கு வந்து உட்கார்ந்திருக்கிறது என்று சொன்னால், யார்தான் நம்புவார்கள்?

இவளுக்கு எப்படி இந்தப் புலி கிடைத்திருக்கும்? ஏதேனும் சர்க்கஸ் அல்லது மிருகக் காட்சி சாலையிலிருந்து தப்பி வந்திருக்குமோ? எந்த சர்க்கஸில் புலிக்கு ப்ரெட், பட்டர், ஜாம் தந்து வளர்க்கிறார்கள்?

அந்தப் புலியைப் பார்க்கப் பார்க்க, விமலாவுக்கு ப்ரியாமீது கோபம் அதிகரித்தது. இந்தப் பெண் ஏன் சும்மா இல்லாமல் கண்டதையும் வீட்டுக்கு அழைத்துவருகிறது. இப்போது இதை நான் எப்படி வெளியே துரத்துவேன்?

ப்ரியா தூங்கும்வரை காத்திருப்பது என்று தீர்மானித்தாள் விமலா. அப்போது அந்தப் புலியும் தூங்கிப் போய்விடும், ஒரு டப்பாவில் அடைத்து தூர வீசிவிடலாம்.

அத்தனை சுலபத்தில் இந்தப் பிரச்னை தீர்ந்துவிடும் என்று விமலாவுக்கு நம்பிக்கை இல்லை. ஆனாலும், எத்தனை யோசித்தாலும் இதைவிடச் சிறந்த ஒரு யோசனை சிக்கவில்லை.

தைரியத்தைச் சேர்த்துக்கொண்டு ப்ரியாவின் அருகே சென்றாள் விமலா, ‘கண்ணு, டிவி பார்த்தது போதும், இது ஸ்லீப்பிங் டைம், தூங்கப் போகலாம், வா’ என்றபடி தொலைக்காட்சியை அணைத்தாள்.

‘சிங்காரி?’

‘அவளும்,... ச்சே, அதுவும் உன் பக்கத்தில தூங்கட்டும்’ என்றாள் விமலா, ‘அதுக்கு நான் ஒரு ஸ்பெஷல் படுக்கை தயார் பண்றேன்.’

கண்களால் அந்தப் புலியின் உருவத்தை அளவெடுத்து, அதற்கேற்ற பெட்டி எங்கே கிடைக்கும் என்று யோசித்தாள் விமலா. போன மாதம் நரேனுக்கு புது ஷூ வாங்கிய காலி டப்பா சரியாக இருக்கும்.

நல்லவேளை, அதைத் தூக்கி எறியாமல், பரண்மீது வீசியிருந்தாள். ஸ்டூல் போட்டு அதைக் கீழே கொண்டுவந்து, பழைய துணி ஒன்றை மடித்துவைத்து மெத்தைபோல் செய்தாள்.

‘சூப்பர்ம்மா’ என்றாள் ப்ரியா, ‘ஐ லவ் யூ’ என்று ஒரு முத்தமிட்டாள்.

இதெல்லாம் நன்றாகத்தான் இருக்கிறது. ஆனால் எங்கிருந்தோ ஒரு புலியைப் பிடித்துக்கொண்டு வந்து அதற்குச் ‘சிங்காரி’ என்று பெயர் வைக்கிற பழக்கம்தான் எங்கிருந்து வந்தது என்று தெரியவில்லை.

எரிச்சலுடன் அந்தப் பெட்டியைத் தூக்கிக்கொண்டு உள்ளறைக்கு வந்தாள் விமலா. ப்ரியாவும் குதியாட்டம் போட்டுக்கொண்டு பின்னாலேயே வந்தாள்.

‘சிங்காரி, லை டௌன்’ என்று ப்ரியா சொன்னதும், விசுவாசமான ஒரு நாய்க்குட்டிபோல் அந்தப் புலி பெட்டிக்குள் புகுந்தது. சுருண்டு படுத்துக்கொண்டது.

ப்ரியா தன்னுடைய ரோஜா நிறத் துண்டை அதற்குப் போர்த்தி விட்டு, பக்கத்திலேயே மெத்தையில் படுத்துக்கொண்டாள். ‘நீயும் சிங்காரி பக்கத்தில படுத்துக்கோம்மா’ என்றாள்.

‘இல்லைம்மா, எனக்குக் கொஞ்சம் வேலை இருக்கு’ என்றாள் விமலா.

5

அந்த ஷூ பெட்டியின் மேல் மூடியில், ஒரு சிறுத்தைப் படம் வரைந்திருந்தது.

சிறுத்தை பொம்மை போட்ட பெட்டியில், புலிக் குட்டியைக் கடத்தலாமா? தப்பில்லையோ?

அடச்சே, பொருத்தம் பார்க்கிற நேரமா இது? விமலா வெட்கத்துடன் சிரித்துக்கொண்டாள்.

ப்ரியாவும் அவளுடைய புலிக் குட்டியும் நன்றாகத் தூங்கிக் கொண்டிருந்தார்கள். அவள் எழுவதற்குள் இந்தப் புலியை எப்படியாவது வெளியே விரட்டிவிடவேண்டும்.

அந்தப் பெட்டியின் மூடியில், வெங்காயம் உரிக்கும் கத்தியால் நான்கைந்து கோடுகளைக் கீறினாள் விமலா. பெட்டியில் போட்டு வெளியே எடுத்துச் செல்லும்போது எங்காவது மூச்சுத் திணறி செத்துவிடப்போகிறது, அந்தப் பாவம் நமக்கு எதற்கு?

பூனை நடையில் உள்ளறைக்குள் நுழைந்தாள் விமலா. துளி சத்தம் எழாமல், புலியின்மீது போர்த்தியிருந்த துண்டை விலக்கி, பெட்டியை மூடினாள்.

இரண்டு கைகளாலும் மிகக் கவனமாகப் பெட்டியைத் தூக்கிக்கொண்டாள். அறைக் கதவை மூடிவிட்டு வெளியே வந்தாள்.

துணி உலர்த்துவதற்காக வாங்கிய நைலான் கயிறில் கொஞ்சம் மிச்சமிருந்தது. அதனால் பெட்டியை நன்றாக இறுக்கிக் கட்டினாள்.

இப்போது அவளுக்கு நன்றாக வியர்க்கத் தொடங்கியிருந்தது. எந்த விநாடியில் பெட்டியின் மூடியைத் தகர்த்துக்கொண்டு புலி வெளியே வந்து அவளைச் சாப்பிட்டுவிடுமோ என்று பயமாக இருந்தது.

எல்லாப் பிரச்னையும், இந்த ப்ரியாவால்தான். இவள்மட்டும் கண்ட கருமாந்திரத்தை வீட்டுக்குள் இழுத்துவராவிட்டால், எனக்கு எதற்கு இத்தனை அவஸ்தை?

விமலாவுக்கு ப்ரியாவை நினைத்தால் கவலையாக இருந்தது. இந்தப் பெண்ணுக்கு எங்கிருந்து இதுமாதிரியான கெட்ட பழக்கங்களெல்லாம் வருகிறது? ஏன் இவள் மற்றவர்களைப்போல் சாதாரணமாக டெட்டிபேரைக் கட்டிக்கொண்டு இருப்பதில்லை?

இந்தக் கவலைக்கெல்லாம் இது நேரம் அல்ல. ப்ரியா எழுவதற்குள் புலியை எங்கேனும் பார்சல் செய்தாகவேண்டும்.

வாசல் கதவைப் பூட்டிக்கொண்டு வெளியே வந்தபோது, விமலாவை இன்னொரு பயம் தொற்றிக்கொண்டிருந்தது. இப்போது ப்ரியா எழுந்து அம்மா எங்கே என்று தேடினால்? பாவம் குழந்தை, தவித்துப்போய்விடமாட்டாளோ?

விமலாவின் கால்களில் தானாக வேகம் சேர்ந்துகொண்டது, லிஃப்டுக்குக் காத்திராமல் படிகளில் இறங்கி ஓடத் தொடங்கினாள்.

ஆரம்பத்தில் லேசாகத் தோன்றிய பெட்டி, இப்போது மிகவும் கனத்தது. ஒருவேளை, புலி எழுந்துகொண்டுவிட்டதோ? தூங்கும் புலியைவிட, விழித்திருக்கும் புலியின் கனம் அதிகமாகிவிடுமா என்ன?

விமலாவுக்கு என்ன யோசிக்கிறோம் என்றே புரியவில்லை. தத்துப்பித்தென்று என்னென்னவோ தோன்றிக்கொண்டிருந்தது. கால்களை விரைவாக எட்டிப்போட்டாள்.

எதிர்ப்படுகிறவர்கள் எல்லோரும், அவளுடைய கையில் இருக்கும் பெட்டியையே பார்ப்பதுபோல் தோன்றியது. திடீரென்று யாரேனும் அவளை நிறுத்தி, 'இது என்ன?' என்று கேட்டால் என்ன பதில் சொல்வது?

'ப்ரியா ஆஆஆஆஆஆ' என்று ஆவேசமாகக் கத்தவேண்டும்போலிருந்தது விமலாவுக்கு. எல்லாம் உன்னால் வந்ததுதான், மத்தியான வெயில் நேரத்தில், பட்டினி வயிற்றில் கையில் புலிக் குட்டியோடு திருடிபோல் ஓடவைத்துவிட்டாயே!

அப்போதும், விமலாவுக்கு ஒரு விஷயம் புரியவே இல்லை. தவறு ப்ரியாமீதா? அல்லது என்மீதா? எனக்குதான் அவளைச் சரியாக வளர்க்கத் தெரியவில்லையோ.

கண்ணீரைத் துடைத்துக்கொண்டு, அவள் தொடர்ந்து நடந்தாள். சிறிது தூரத்தில், புதர்ச் செடிகளும் குப்பைக் குவியலுமாக அந்தக் காலி மனை எதிர்ப்பட்டது.

விமலா அந்தப் பெட்டியைத் தூக்கி எறியவே விரும்பினாள். ஆனால், வீசுகிற வேகத்தில், பெட்டி திறந்துகொண்டுவிட்டால்? எதற்கு வம்பு?

மெதுவாக அந்த நிலத்தின் ஓரமாகக் குனிந்து, பாண்டி ஆடுகிற சிறுமி ஒரு சில்லை வீசுவதுபோன்ற கவனத்துடன் அந்தப் பெட்டியைக் குப்பைகளின்மத்தியில் வீசினாள் விமலா. அது ஒருமுறை மேலும் கீழும் துள்ளி அடங்கினாற்போலிருந்தது.

'கடவுளே, அந்தப் புலிக் குட்டியைக் காப்பாற்று' என்று ஒருமுறை மனத்தினுள் வேண்டிக்கொண்டாள். சரேலெனத் திரும்பி வீட்டை நோக்கி நடக்கத் தொடங்கினாள்.

படிகளில் அதிவேகமாக மேலேறி வீட்டை அடைந்தபோது, வாசல் கதவு திறந்து கிடந்தது!

௬

வீட்டை நன்றாகப் பூட்டிவிட்டுத்தானே கிளம்பினேன்? பட்டப்பகலில் திருடன் உள்ளே புகுந்துவிட்டானா? அல்லது அந்தப் புலிதான் பெட்டியை உடைத்துக்கொண்டு திரும்பி வந்துவிட்டதா? ஐயோ, ப்ரியாவுக்கு என்னாச்சு?

பதற்றத்துடன் வீட்டினுள் நுழைந்தாள் விமலா. கூடத்தில் நரேன் கால் மேல் கால் போட்டு அமர்ந்திருந்தான்.

அவளைப் பார்த்ததும், சரேலென்று எழுந்துகொண்டான் நரேன், 'விமலா, குழந்தையைத் தனியா விட்டுட்டு எங்கே போயிட்டே நீ?'

விமலாவால் எதுவும் பேசமுடியவில்லை. அவன்மீது சாய்ந்து அழவேண்டும்போல் தோன்றியது. தொப்பென்று சோஃபாவில் விழுந்தாள்.

நரேன் தொடர்ந்து பேசிக்கொண்டிருந்தான், 'திடீர்ன்னு போன் பண்ணி வீட்டில ஒரு புலி இருக்குங்கறே, நான் டென்ஷனாக் கிளம்பி வந்தா வீட்ல யாரையும் காணோம், குழந்தைமட்டும் தனியாத் தூங்கிட்டிருக்கா, நான் என்ன நினைக்கறது சொல்லு?'

அவன் சுற்றிலும் தேடினான், 'எங்கே அந்தப் புலி? உள் ரூம்ல

நியூஸ் பேப்பர் படிச்சுக்கிட்டிருக்கா?' என்றான் குறும்பாக.

'நரேன், நான் சொன்னா நீ கண்டிப்பா நம்பப்போறதில்லை, விடு' என்றாள் அவள், 'இங்கே ஒரு புலி வந்தது நிஜம். நான் அதை வெளியே கொண்டுபோய் விட்டதும் நிஜம். நம்பிக்கை இல்லைன்னா, நீ ப்ரியா எழுந்தப்புறம் அவளையே கேளு...'

அவன் அவள் அருகே வந்து அமர்ந்துகொண்டு தலைமுடியை மெல்லக் கோதிவிட்டான், 'உனக்கு தூக்கம் சரியாப் போதலைன்னு நினைக்கறேன் விமலா, அநாவசியமா எதை எதையோ கற்பனை செஞ்சுகிட்டு கவலைப்படறே'

'நரேன், நான் பைத்தியம் இல்லை' என்றாள் விமலா ஆங்கிலத்தில், 'இதுக்குமேல நான் இதைப்பத்திப் பேச விரும்பலை, என்னை விட்டுடு, ப்ளீஸ்...'

'ஓகே, ஓகே' என்றான் அவன், 'எனிவே நான் சீக்கிரம் வீட்டுக்கு வந்துட்டேன், எங்கயாவது ஜாலியா வெளியே போகலாமா?'

விமலா அவனையே நம்பமுடியாமல் பார்த்தாள். கணவர்களைப் போல் பிரச்னை பளு துளியும் இல்லாமல் மனைவிகளால் இருக்கமுடிவதில்லையே. ஏன்? எந்த ஜென்மத்துப் பாவம் இது?

'கமான் விமலா, நடந்ததையே நினைச்சுக் கவலைப்பட்டு கிட்டிருக்கறதில யாருக்கு என்ன லாபம்? நான் உன்னை சியர் பண்ணணும்னுதான் முயற்சி பண்றேன், அதை முதல்ல புரிஞ்சுக்கோ.'

'சரி' என்றாள் விமலா, 'இந்த விஷயத்தில நமக்குள்ள சண்டை வேணாம், எனக்கு வந்த பிரச்னையை எப்படியோ நானே தீர்த்துட்டேன், இனிமே உன்கிட்டே அதைச் சொல்லித் தொந்தரவு செய்யமாட்டேன், போதுமா?'

'நான் அப்படிச் சொல்லலைடா' என்றபடி மீண்டும் நெருங்கி வந்தான் அவன், 'வேணாம் நரேன், விட்டுடு, உன்னைப் பொறுத்தவரைக்கும் அந்தப் புலி என்னோட அதீத கற்பனையாவே இருக்கட்டும்' என்று எழுந்துகொண்டாள் விமலா.

அதே நேரத்தில் உள்ளறைக் கதவு திறக்கப்பட்டது, ப்ரியா தலையைமட்டும் லேசாக நீட்டிப் பார்த்தவள், 'ஹை, அப்பா' என்றாள், 'என்னப்பா, இவ்ளோ சீக்கிரம் வந்துட்டே, உங்க ஸ்கூல் லீவா?'

'இல்லைடா, அம்மாதான் திடீர்ன்னு போன் பண்ணாங்க' என்றான் நரேன், 'நீ ஸ்கூல்லயிருந்து வரும்போது ...' என்று தொடர்ந்து பேச முயன்றவன் கையைப் பிடித்து அழுத்தி நிறுத்தினாள் விமலா, 'ஒண்ணுமில்லைடா செல்லம், அப்பாவுக்கு உன்னை வெளிய கூட்டிட்டுப் போகணுமாம், அதான் சீக்கிரம் வந்துட்டாங்க' என்றாள்.

'ஹையா, ஜாலி' என்றாள் ப்ரியா, 'எங்கே போறோம்? ஹோட்டலுக்கா?'

'ஷ்யூர்' என்றாள் விமலா, 'நீ சமர்த்தா முகம் கழுவிட்டு ரெடி ஆகணும், அப்போதான் ஹோட்டல், சரியா?'

ப்ரியாவின் தூக்கக் கலக்கம் எங்கே போனதோ தெரியவில்லை. உற்சாகமாக பாத்ரூம் நோக்கி ஓடினாள்.

அவள் தலை மறைந்தபிறகு, 'நரேன், அவகிட்ட புலியைப்பத்தி எதுவும் பேசவேண்டாம்' என்றாள் விமலா, 'அவளே அந்த விஷயத்தை மறந்திருக்கும்போது, நீயோ நானோ ஞாபகப்படுத்தினா, எங்கே என்னோட புலிக் குட்டின்னு மறுபடி அழ ஆரம்பிச்சுடுவா.'

கிசுகிசுப்பான குரலில் அவள் சொல்லிக்கொண்டே போக, நரேன் விமலாவைப் பரிதாபத்துடன் பார்க்கத் தொடங்கியிருந்தான்.

7

அந்தக் குரங்கின் ஒரு கையில் வாழைப்பழம், இன்னொரு கையில் பூமாலை. கார்ட்டூன் சித்திரமான அதன் முகம்மட்டும் ப்ரியாவைப்போல் இருந்தது.

'ஹேய் அப்பா' என்று கூவினாள் ப்ரியா, 'நான் பாரு, குரங்கா மாறிட்டேன், க்ர்ர்ர்ர்ர்ர்ர்ர்'

நரேனும் விமலாவும் இங்கிருந்து கையசைத்தார்கள். பதிலுக்குக் குரங்கு பொம்மைக்குள்ளிருந்து அவள் கையசைக்கிறாளா என்பது தெரியவில்லை.

அந்த அறைமுழுவதும் பிளாஸ்டிக், ரப்பர் சமாசாரங்கள் நிறைந்து கிடந்தன. ஒருபக்கம் பல வண்ணங்களில் குட்டிக் குட்டிப் பந்துகள் நிறைந்த ஓர் அறை. குரங்கு பொம்மைக்குப் பக்கத்தில் இருந்த சிறு திறப்பின்மூலம் அந்த அறையினுள் நுழைந்து, மேலிருந்து பந்துக் கடலில் குதிக்கலாம், ஜாலியாக நீச்சலடிக்கலாம், அடுத்தவர்மீது பந்துகளை வீசி எறிந்து விளையாடலாம்.

இன்னோர் அறையில், டிராகன் தலைக்குள் நுழைந்து, பாம்பு உடலில் சறுக்கிக் கீழே வரமுடிந்தது. வேறோர் அறையில் தொங்கவிடப்பட்ட காற்றுத் தலையணைகளைச் சிறுவர்கள் குத்திச் சண்டையிட்டு விளையாடிக்கொண்டிருந்தார்கள்.

அதற்குப் பக்கத்தில் உள்ள அறையில் பலவிதமான எலக்ட்ரானிக் விளையாட்டுகளின் உற்சாகக் கூக்குரல்.

இப்படி இன்னும் ஏகப்பட்ட விளையாட்டுகள். அத்தனையும் பாதுகாப்பான, கண்காணிப்புக்கு உட்பட்ட சூழலில். குழந்தைகள் என்னதான் குதியாட்டம் போட்டாலும், அவர்களுக்கு அடிபடாது, காயமாகாது.

அது ஒரு புதிய வணிக வளாகம். இங்கே வரும் வாடிக்கையாளர்கள், குறும்புப் பிள்ளைகளின் தொந்தரவு இல்லாமல் வேண்டிய விஷயங்களை நிதானமாகத் தேடிப் பொறுக்கலாம் என்பதற்காக, இப்படி ஒரு விளையாட்டு அறையை ஏற்பாடு செய்திருந்தார்கள்.

இந்த வசதியும், இலவசம் இல்லை. அரை மணி நேரம் விளையாடுவதற்கு ஐம்பது ரூபாய். காசை எண்ணிக் கீழே வைத்தால்தான், விளையாட்டு அறையின் கதவு திறக்கிறது. அதன்பிறகு, அடுத்த அரை மணி நேரத்துக்குள் ஷாப்பிங்கை முடித்துக்கொண்டு திரும்பி வந்துவிடவேண்டும், ஒரு நிமிடம் தாமதித்தாலும், இன்னொரு ஐம்பது ரூபாய் கணக்கில் விழும்.

விமலாவும் நரேனும் ப்ரியாவை வேறு எப்போதும் இத்தனை உற்சாகமாகப் பார்த்ததில்லை. அந்த முகத்தில் தெரிகிற அபூர்வ சந்தோஷத்துக்காகவே எத்தனை ஐம்பது ரூபாயும் கொடுக்கலாம்.

இன்றைய பரபரப்பு வாழ்க்கையில், ஒரு குழந்தைமட்டுமே கொண்ட வீடுகள் அதிகமாகிவிட்டன. ப்ரியா போன்றவர்களுக்கு, உடன் விளையாடுவதற்கு வேறு தோழர்களும் இல்லை, பெற்றோருக்கும் அவர்களுடன் விளையாடுகிற வயது கடந்துவிட்டிருக்கிறது.

அவர்களுடைய அடுக்ககத்தில், இருபதுக்கும் மேற்பட்ட வீடுகள். அவற்றில் சுமார் பதினைந்து குழந்தைகளாவது இருக்கும் என்பது விமலாவின் குத்துமதிப்பான கணிப்பு.

இந்தப் பதினைந்து குழந்தைகளும், அவரவர் வீட்டுக்குள் தனித்தனியே வளர்கின்றன. அபூர்வமாக வெளியே வந்தாலும், எதிர்ப்படுகிற சம வயதுப் பிள்ளையிடம் 'ஹாய், ஹலோ'கூட

சொல்லிக்கொள்ளத் தெரியாமல், ஒருவரை ஒருவர் வெறித்துப் பார்த்தபடி கடந்து செல்கின்றன.

இதையெல்லாம் யார் சொல்லித்தருவார்கள்? யார் சொல்லித்தரவேண்டும்? விமலாவுக்குப் புரியவே இல்லை.

அவளுடைய சிறுவயது, ஒரு குக்கிராமத்தில் கழிந்தது. நீண்ட ஒரே சாலை, இருமருங்கிலும் சின்னச் சின்ன வீடுகள், நாமே விரும்பினாலும், ஒருவர் மற்றவரைச் சந்திக்காமல் போய்விடமுடியாது.

சிறு பிள்ளைகளானாலும் சரி, பெரியவர்களானாலும் சரி, நட்பு என்பது, அங்கே இயல்பாக மலர்கிற ஒரு விஷயமாக இருந்தது. இரண்டு பேர் விளையாடிக்கொண்டிருக்கும்போது ஓரத்தில் ஒரு பையனோ, பெண்ணோ ஒதுங்கி நின்றால், 'வா' என்று அழைக்கவேண்டும் என யாரும் அவர்களுக்குக் கற்றுத்தர வேண்டியிருக்கவில்லை.

ஆனால் இந்த நகரத்தில், எல்லாம் தலைகீழாக இருக்கிறது. வீட்டுக் கதவை அரை நிமிடத்துக்குமேல் திறந்துவைத்தால், நரேன் கத்துகிறான். அல்லது, எதிர் வீட்டிலிருந்து கண்டனக் குரல் வருகிறது.

ப்ரியாவும் இந்தத் தனித் தீவு வாழ்க்கைக்குப் பழகிவிட்டாள். எங்கேனும் பேருந்தில் செல்லும்போது ஒரு புதிய சிறுவன் எதிர்ப்பட்டால், 'அவன் என்னை முறைக்கிறான்' என்றுதான் குற்றம் சாட்டுவாளே தவிர, அவனைப் பார்த்துப் புன்னகைக்கவேண்டும் என்று தோன்றுவதே இல்லை. எடுத்துச் சொன்னாலும், புரிவதில்லை.

இதோ, இந்த விளையாட்டு அறையில்கூட, கிட்டத்தட்ட இருபத்தைந்து குழந்தைகள் விளையாடிக்கொண்டிருக்கிறார்கள். ஆனால் ஒவ்வொருவரும், தனித்தனியே தங்களுடைய உலகங்களில்தான் இருக்கிறார்கள். மிகக் கவனமாக, ஒருவர் மற்றவருடைய வட்டத்துக்குள் குறுக்கிடாதபடி பழகிக்கொள்கிறார்கள். நாசூக்கு, நாகரிகம் காரணமாக, நட்பு குறைந்துபோய்க்கொண்டிருக்கிறது.

'விமலா' மூன்றாவது முறையாகச் சத்தமிட்டு அழைத்தான் நரேன்.

'எ-என்னாச்சு?'

'ஒண்ணுமில்லை, நீதான் திடீர்ன்னு ஏதோ யோசனையில மூழ்கிட்டே, என்ன விஷயம்?'

'நத்திங்' என்றபடி ஷாப்பிங் வண்டியை உருட்டினாள் விமலா, 'அரை மணி நேரத்துக்குள்ள திரும்பி வரணுமில்ல?'

அவர்கள் அங்கிருந்து விலகுவதை, ப்ரியா கண்டுகொள்ளவில்லை. அவள் புதுப்புது விளையாட்டுகள் பலவற்றில் மூழ்கிப்போயிருந்தாள். எப்படியோ, அந்தப் புலிக் குட்டியை மறந்தால் சரி என்று நினைத்துக்கொண்டாள் விமலா.

நாட்டுத் தக்காளி நல்லதாகப் பொறுக்கியெடுத்து, பிளாஸ்டிக் உறையினுள் இட்டபடி, அந்தப் புலியைப்பற்றிக் கொஞ்சம் கரிசனத்துடன் யோசித்தாள் விமலா. என்ன ஆகியிருக்கும் அதற்கு? யாரேனும் அதனைக் கண்டெடுத்திருப்பார்களா? பெட்டியிலிருந்து தானாக வெளியே வரத் தெரியாதே அதற்கு, பசித்தால் எதைச் சாப்பிடும்?

யோசிக்க யோசிக்க, குற்றவுணர்ச்சி அவளை உறுத்தத் தொடங்கியது. அந்தப் புலிக் குட்டி பரிதாபத்துக்கு உரியதுதான் என்பது அவளுக்கு நன்றாகப் புரிந்தது. ஆனால், சக மனிதர்களுக்கே இடமில்லாத நகர நட்பு வட்டத்தில், புலிக் குட்டிகளை எப்படி அனுமதிக்கமுடியும்?

மிருகாபிமானம் பார்த்தால், நான் செய்தது கொடூரச் செயலாக இருக்கலாம். ஆனால், ப்ரியாவுக்கு அதுதான் நல்லது. எனக்கு வேறு வழியில்லை.

மீண்டும், ப்ரியாவின் சிரித்த முகத்தை நினைத்துக்கொண்டாள் விமலா. இந்தச் சந்தோஷத்துக்காக, அவளுடைய நலனுக்காக, எத்தனை ரூபாயும் செலவழிக்கலாம், எத்தனை புலிகளையும் வீடு கடத்தலாம், தப்பே இல்லை!

8

வேன் இன்னும் வரவில்லை.

இந்த டிரைவர் எப்போதுமே இப்படித்தான், நாம் சீக்கிரமாகக் கிளம்பித் தயாராகி நிற்கும்போது, தாமதமாக வருவான். என்றேனும் ஒரு நாள் நம்மால் சில நிமிடங்கள் தாமதமாகிவிட்டால், உலகமே இடிந்து விழுந்துவிட்டதுபோல் குய்யோமுறையோ என்று கத்துவான்.

'ப்ரியா, ரோடுக்குப் போகாதே' என்று அதட்டிய விமலா, ஓரக் கண்ணால் சாலையின் அடுத்த பக்கத்தை நோட்டமிட்டாள். நேற்று அந்தப் புலிக் குட்டியைத் தூக்கி எறிந்த பெட்டி, அந்தக் குப்பை மலையில் எங்கே கிடக்கிறதோ தெரியவில்லை.

நல்லவேளையாக, ப்ரியாவுக்கு இந்த விநாடிவரை அந்தப் புலியின் ஞாபகம் திரும்பவில்லை. 'என் புலியைக் காணோம் என்று அழவில்லை', அப்படி ஒரு சம்பவமே நடக்காததுபோல் மிகச் சாதாரணமாக இருக்கிறாள்.

விமலாவை மீண்டும் அந்தப் பழைய கவலை தொற்றிக்கொண்டது. நிஜமாகவே நேற்று ப்ரியாவுடன் ஒரு புலிக் குட்டி வந்ததா? அல்லது என் மனம் குழம்பிவிட்டதா?

எதுவானாலும், இப்போது அந்த அபாயம் இல்லை. ப்ரியா தெளிவாக, சந்தோஷமாக இருக்கிறாள், அது போதும் என்று நினைத்துக்கொண்டாள் அவள்.

தூரத்தில் பழக்கமான ஹார்ன் ஓசை ஒலித்தது. ப்ரியா உற்சாகமாகச் சாலையின் அருகே வந்து கையசைக்கத் தொடங்கினாள்.

அரை நிமிட நேரத்துக்குப்பின், சாலையில் அந்த வேன் எதிர்ப்பட்டது. மிதமான வேகத்தில் வந்து, ப்ரியாவுக்குச் சற்று முன்னே நின்றது. அதன் கதவுகள் சரிந்து திறந்தன.

'ஹாய் ப்ரியா' என்றாள் ஸ்ரீஜா, 'குட்மார்னிங்'

ப்ரியா அவளுக்குப் பதில் வணக்கம் சொல்லவில்லை. ஆனால், ஒரு சிநேகப் புன்னகையுடன் வண்டியில் ஏறிக்கொண்டாள். ஜன்னலோர இருக்கையில் அமர்ந்து மிக்கி மவுஸ் படம் வரைந்த தண்ணீர் பாட்டிலைத் தன்னருகே வைத்துக்கொண்டாள், 'பை அம்மா' என்றாள் கையசைத்து.

'பை ப்ரியா, ஜாக்கிரதை.'

விமலா வேன் கதவுகளைத் தள்ளி மூடுவதற்குள் ஸ்ரீஜா அவளுக்குப் பின்னால் எதையோ தேடினாள்.

'என்னாச்சும்மா?'

'அந்தப் புலி, எங்கே ஆன்ட்டி?' என்றாள் ஸ்ரீஜா.

விமலாவுக்கு பக்கென்றது, ப்ரியா இந்தக் கேள்வியைக் கவனித்துவிட்டாளா என்று பதற்றத்துடன் திரும்பிப் பார்த்தாள்.

'ஆமாம்மா, சிங்காரி எங்கே காணோம்?' என்றாள் ப்ரியா, 'நேத்து என்கூடதானே தூங்கிட்டிருந்தது?'

விமலாவின் குரல் நடுங்கத் தொடங்கியிருந்தது, 'அது,. அது அவங்க அம்மா வீட்டுக்குப் போயிடுச்சும்மா' என்றாள் தடுமாறி.

'அப்ப சரி' என்றாள் ப்ரியா சாதாரணமாக, 'ஸீ யு அம்மா, பை.'

வேனில் குழந்தைகளின் உதவிக்காக இருந்த பெண்மணி, கதவை அறைந்து மூடினாள். வந்த வேகத்தில் அந்த வேன் சென்று மறைந்தது. அதன்பிறகும் சில நிமிடங்களுக்கு, விமலா நின்ற இடத்திலேயே உறைந்திருந்தாள்.

நடந்தது எதுவும் என்னுடைய கற்பனை இல்லை. நிஜமாகவே அப்படி ஒரு புலி வந்திருக்கிறது, எல்லோரும் அதைப் பார்த்திருக்கிறார்கள், ப்ரியாவும் அதை நினைவு வைத்திருக்கிறாள்.

ஆனால் இதற்காக, சந்தோஷப்படுவதா, வருத்தப்படுவதா என்று அவளுக்குப் புரியவில்லை. ஆனால் இதை உடனே நரேனிடம் சொல்லவேண்டும் என்றுமட்டும் தோன்றியது. பரபரப்பாகத் திரும்பிப் படிகளை நோக்கி ஓடினாள் விமலா.

ஏழெட்டுப் படிகள் ஏறுவதற்குள், அவளுடைய மனம் மாறியிருந்தது. ப்ரியாவைப் பொறுத்தவரை, அந்தப் புலிக் குட்டி அதன் அம்மா வீட்டுக்குச் சென்றுவிட்டது, இந்த வெற்று சமாதானத்தை அவளே ஏற்கத் தயாராக இருக்கும்போது, நான் ஏன் மீண்டும் குப்பையைக் கிளறவேண்டும்?

தவிர, இதை இப்போது நரேனிடம் சொல்லி என்ன பிரயோஜனம்? நேற்று அவள் சொன்னதை நம்பாதவன், இன்றைக்குமட்டும் நம்பிவிடப்போகிறானா? இதுவரை புலி விஷயத்தில் அவளை அரைப் பைத்தியம் என்று நினைத்துக்கொண்டிருக்கிறவன், இப்போது இதைச் சொன்னால், முழுவதும் கலங்கிவிட்டது என்று முடிவுகட்டிவிடுவான்.

கதவைத் திறந்துகொண்டு அவள் வீட்டினுள் நுழைந்தபோது, நரேன் தொலைக்காட்சியில் மும்முரமாக இருந்தான், அவளைத் திரும்பிப் பார்த்துப் புன்னகைத்தவன், ‘என்னாச்சு? ஏதோ பேயைப் பார்த்தமாதிரி இருக்கே?’ என்றான்.

‘பேய் இல்லை, புலி’ என்று சொல்ல விரும்பினாள் விமலா. ஆனால், வெறுமனே புன்னகைக்கமட்டும்தான் அவளால் முடிந்தது.

௯

அன்று மதியம், சிங்காரி என்கிற புலிக் குட்டி, மீண்டும் அவர்கள் வீட்டுக்கு வந்தது.

இந்தமுறை, அது ப்ரியாவுடன் வரவில்லை. எப்படியோ வீட்டினுள் நுழைந்து, அவள் படுக்கையில் படுத்துக்கொண்டிருந்தது. ப்ரியாதான் அதைக் கண்டுபிடித்து, 'ஹை, சிங்காரி திரும்ப வந்துடுச்சும்மா' என்றாள்.

முதலில், அவள் ஏதோ விளையாடுகிறாள் என்றுதான் நினைத்தாள் விமலா. ஆனால், அடுத்த சில நிமிடங்களுக்குத் தொடர்ந்து அவளிடமிருந்து கொஞ்சல் மொழிகள் கொட்டியபடி இருப்பதைக் கவனித்தபிறகு, அவசரமாக ஓடி வந்து பார்த்தாள்.

நிஜம்தான். எப்படியோ அந்தப் புலிக் குட்டி திரும்ப வந்துவிட்டது. ப்ரியாவின் கைகளில் பூனைபோல் சுருண்டு படுத்திருந்தது.

விமலாவுக்கு மீண்டும் உடல் நடுங்கத் தொடங்கியிருந்தது. அந்தப் புலி எப்படித் திரும்பி வந்தது என்கிற குழப்பத்தைவிட, அதனிடமிருந்து ப்ரியாவை எப்படிக் காப்பாற்றுவது என்கிற பயம்தான் அவளை முழுவதுமாக ஆட்கொண்டிருந்தது.

'ப்ரியா, ஒரு நிமிஷம்'

'என்னம்மா?'

'கொஞ்சம் வாயேன், உனக்கு ஒரு சின்ன வேலை இருக்கு...'

'சிங்காரியையும் கூட்டிக்கிட்டு வரேன்மா' என்றபடி எழுந்துகொண்டாள் ப்ரியா, புலிக் குட்டியைச் சுபாவமாக இரு கைகளாலும் பற்றித் தூக்கினாள்.

'ஐயோ ஜாக்கிரதை ப்ரியா, கடிச்சுடப்போகுது'

'நான்தான் அப்பவே சொன்னேனேம்மா, சிங்காரி யாரையும் கடிக்காது' என்றாள் ப்ரியா, 'அது ரொம்ப சமர்த்து, தெரியுமா?'

இதற்குமேல் என்ன சொல்லமுடியும்? இந்தப் பிள்ளையைப் புலியிடம் இருந்து பிரித்து வெளியே அழைத்துவருவது எப்படி?

'உன் சிங்காரியை இங்கேயே விட்டுட்டு, நீமட்டும் என்னோட வா ப்ரியா' என்றாள் விமலா, 'நாம சிங்காரிக்கு ஒரு சர்ப்ரைஸ் கிஃப்ட் தயார் பண்ணுவோம்.'

ப்ரியாவுக்கு ஆச்சர்யங்கள் பிடித்தமானவை. 'சர்ப்ரைஸ்' என்றால் எத்தனை உயரப் பிடிவாதத்தில் இருந்தும் மகிழ்வோடு இறங்கி வருவாள்.

இந்த முறையும், அந்த வார்த்தை உடனடிப் பலன் கொடுத்தது. 'நீ இங்கேயே இரு சிங்காரி, நான் இப்போ வந்துடறேன்' என்று அந்தப் புலியின் காதுகளில் சொல்லிவிட்டு, விமலாவுடன் கிளம்பத் தயாராகிவிட்டாள்.

அவர்கள் மெதுவாக அந்த அறையிலிருந்து வெளியேறினார்கள். கதவை ஞாபகமாக இறுகச் சாத்தினாள் விமலா.

'என்ன சர்ப்ரைஸ்மா?'

'சொல்றேன் இருடீ' என்ற விமலா, தன்னுடைய செல்போனைத் தேடத் தொடங்கினாள்.

நெடுநேரம் தேடியும், அந்தத் தீப்பெட்டி சைஸ் சனியன் தட்டுப்படவில்லை. கடைசியில் வீட்டுத் தொலைபேசியிலிருந்து

அந்த எண்ணை அழைத்தபோது, உள் அறையில் ‘சிநேகிதனே, சிநேகிதனே, ரகசிய சிநேகிதனே’ என்று ராகம் இழுத்தது.

விமலாவுக்குப் பகீரென்றது. மறுபடியும் உள் அறைக்குப் போகவேண்டுமா? அந்தப் புலியைத் தனியே சந்திக்கவேண்டுமா?

பேசாமல் ப்ரியாவை உள்ளே அனுப்பினால் என்ன? அந்தப் புலிதான் அவளிடம் நட்பாக நடந்துகொள்கிறதே.

இப்படி நினைத்துவிட்டு, உடனடியாக அந்த எண்ணத்துக்காக வருந்தினாள் விமலா. பச்சைப் பிள்ளையைப் புலியிடம் தனியாக அனுப்புவதா? என்ன அம்மா நான்?

‘ஒரு நிமிஷம் ப்ரியா, இதோ வந்துட்டேன்’ என்று அவளைச் சமையலறை வாசலில் நிறுத்திவைத்தாள் விமலா. கதவை மெல்லத் திறந்து பார்த்தபோது, புலிக் குட்டி இன்னும் கட்டில்மீதுதான் படுத்திருந்தது. அதற்குச் சற்று தொலைவில், அவளுடைய செல்போன் கிடந்தது.

விமலா மெல்ல நடந்தாள். கதவைச் சாத்தாமல் அகலத் திறந்துவைத்தாள். அவள் தனது செல்போனை நெருங்கித் தொட்டபோது புலி ஆர்வமாகத் திரும்பிப் பார்த்தது.

முதன்முறையாக, அதன் கண்களை நேருக்கு நேர் சந்திக்கிறாள் விமலா. விழித்திரைகளைக் கடந்து, முதுகுத் தண்டுக்குள் ஊடுருவும் ஒரு கூர்மை அந்தப் பார்வையில் இருந்தது.

செல்போன்மீது வைத்த கையை, விமலா இன்னும் எடுக்கவில்லை. சொல்லப்போனால், அவளிடத்தில் எந்த அசைவும் இல்லை. புலி பாய்ந்துவிடுமோ என்கிற நடுக்கம்.

சில நிமிடங்கள், அவளும் புலியும் ஒருவரை ஒருவர் பார்த்தபடி இருந்தார்கள். புலி ஒருமுறை தன் கீழுதட்டை நக்கிக்கொண்டது.

ஒருவழியாகக் கொஞ்சம் தைரியம் சேர்ந்தபிறகு, விமலா செல்போனைக் கையில் எடுத்துக்கொண்டாள். அதன் கேமரா வசதியைப் பயன்படுத்தி, அந்தப் புலிக் குட்டியை ஒரு புகைப்படம் எடுத்தாள்.

அந்த செல்போனிலிருந்து எழுந்த ‘க்ளிக்’ சப்தம் மிக மெல்லியதுதான். ஆனால், அது அந்தப் புலிக்குக் கேட்டுவிட்டது. சட்டென்று தலை தூக்கி அவளைப் பார்த்தது.

இந்தமுறை, அது நிச்சயமாகத் தன்மீது பாயப்போகிறது என்று விமலாவுக்குத் தோன்றிவிட்டது. அப்படியே கண்கள் இருள, நின்ற இடத்தில் சுருண்டு கீழே விழுந்தாள்.

10

‘அம்மா, அம்மா’ ப்ரியாவின் பிடிவாத உலுக்கலில் விமலா தடுமாறி விழித்துக்கொண்டாள், ‘என்னாச்சும்மா உனக்கு?’

‘ஒ-ஒண்ணுமில்லை கண்ணு’ விமலாவின் கண்கள் இலக்கற்று அலைபாய்ந்தன. எங்கே அந்தப் புலி? அது ஏற்கெனவே என்னைக் கொன்றுவிட்டதா, அல்லது இனிமேல்தானா?

ப்ரியா அவளை இன்னும் உலுக்கிக்கொண்டிருந்தாள், ‘அம்மா, எழுந்திரும்மா, ப்ளீஸ்...’

விமலா விருட்டென்று எழுந்து உட்கார்ந்தாள். ப்ரியாவுக்கு எதுவும் ஆகவில்லை எனத் தொட்டுப் பார்த்து நிச்சயப்படுத்திக் கொண்டாள்.

சில விநாடிகளுக்கு, அவளுடைய தலை நில்லாமல் சுற்றுகிறாற்போலிருந்தது. ஓரளவு நிதானப்படுத்திக்கொண்டபின், அறையைச் சுற்றிலும் பார்வையிடமுடிந்தது.

அந்தப் புலி இன்னும் படுக்கை மேல்தான் அமர்ந்திருந்தது. முன்பு இருந்த இடத்தைவிட்டு அது துளியும் நகரவில்லை என்பது தெரிந்தது.

நினைத்துப்பார்க்கையில் விமலாவுக்கு வெட்கமாக இருந்தது. கொஞ்சம் பெரிய சைஸ் பூனைக் குட்டிபோல் இத்தனூண்டு இருக்கிறது, அதைப் பார்த்து இப்படிப் பயப்பட்டு மயங்கி விழுந்திருக்கிறேனே.

கையைத் தரையில் ஊன்றி அவசரமாக எழுந்துகொண்டாள் விமலா, 'ப்ரியா, அம்மாவுக்குக் கொஞ்சம் உடம்பு சரியில்லை, நாம கூடத்தில தூங்கலாம் வா' என்று அவள் கையைப் பற்றி இழுத்தாள்.

'சிங்காரி?' என்று புலிக் குட்டியைச் சுட்டிக் காட்டிக் கெஞ்சினாள் ப்ரியா.

'அது இங்கேயே தூங்கட்டும்' என்றபடி கதவை அறைந்து சாத்தினாள் விமலா. மறுவிநாடி, ஈன ஸ்வரத்தில் தொடங்கிய ப்ரியாவின் அழுகையை அலட்சியப்படுத்தினாள்.

நினைக்க நினைக்க, அவள்மீதுதான் விமலாவின் கோபம் அதிகரித்துக்கொண்டே சென்றது. ஊரில் எத்தனை குழந்தைகள் சமர்த்தாக புஸுபுஸு கரடி, மரப்பாச்சி பொம்மை, சொப்பு சாமான் வைத்துக்கொண்டு ஆபத்தில்லாமல் விளையாடுகின்றன. இவளுக்குமட்டும் எங்கிருந்து வந்தது புலியைப் பிடிக்கிற விளையாட்டு?

ப்ரியா நிறுத்தாமல் அழுதுகொண்டிருந்தாள். மூடப்பட்டிருந்த உள்ளறைக் கதவைக் காண்பித்துக் காண்பித்து விசும்பினாள். விமலாவுக்குத் தலைவலி பொறுக்கமுடியவில்லை. அவளை அப்படியே இழுத்துவைத்து நாலு அறை விடலாமா என்றிருந்தது.

எக்காரணத்துக்காகவும் குழந்தைகளை அடிப்பது தவறு என்பான் நரேன். அப்படி அவன் சீரியஸ் முகத்தை வைத்துக் கொண்டு சொல்கிறபோதெல்லாம், அவனையும் நன்றாகச் சாத்தவேண்டும்போல் அவளுக்குள் ஆவேசம் பொங்கும்.

குழந்தைகள் குழந்தைகளாக நடந்துகொள்கிறவரை, அவர்களை யாருக்குதான் அடிக்கத் தோன்றும்? இப்படிக் குன்றின்மேல் ஏறி நின்றுகொண்டு இறங்கிவரமாட்டேன் என்று பிடிவாதம்

பிடிக்கும்போதுதான், அடி உதவுகிறாற்போல் அண்ணன் தம்பி உதவுவதில்லை.

கொடியில் தொங்கிக்கொண்டிருந்த துப்பட்டாவை உருவி, மண்டையைச் சுற்றிலும் இறுகக் கட்டிக்கொண்டாள் விமலா. அதன்பிறகுதான், தலைவலி கொஞ்சம் குறைகிறாற்போல் இருந்தது.

ப்ரியாவின் அழுகை, இன்னும் குறைந்தபாடில்லை. விமலா உதட்டை அழுந்தக் கடித்தபடி அவளை ஆத்திரத்துடன் பார்த்தாள். எதையும் அழுது சாதித்துவிடலாம் என்கிற நினைப்பு, இந்தக் குழந்தைகளுக்கு எங்கிருந்து வருகிறது?

அவளை இழுத்துத் திருப்பி, 'இப்போ உனக்கு என்னடி வேணும்?' என்றாள் ஆவேசமாக.

ப்ரியா அந்தக் கதவைச் சுட்டிக்காட்டி, 'சிங்காரி' என்றாள்.

சிங்காரியாம். இவள்தான் நெல்லில் எழுதிப் பெயர் வைத்தமாதிரி, எத்தனை உரிமையாகச் சொல்கிறாள்! பளார் என்று அறைகிற ஆவேசத்தைச் சிரமப்பட்டுக் கட்டுப்படுத்திக்கொண்டாள் விமலா.

'ப்ரியா, ஒரு விஷயம் நல்லாப் புரிஞ்சுக்கோ, சிங்காரி உன்னோட ஃப்ரெண்ட் இல்லை, எனிமி.'

'நீதான் எனிமி' என்றபடி இரண்டு கைவிரல்களைப் பிரித்துக் காய் விட்டாள் ப்ரியா, 'இனிமே நான் உன்கூட பேசமாட்டேன், போ.'

'சந்தோஷம்' என்றபடி சோஃபாவில் மல்லாக்கப் படுத்துக் கொண்டாள் விமலா, 'நீ என்கூட பேசாட்டி பரவாயில்லை, கொஞ்ச நேரம் தூங்கு, இப்படித் தொடர்ந்து அழுதுகிட்டிருந்தா, தொண்டைத் தண்ணி வத்திப்போயிடும், அப்புறம் கொர்ரக் கொர்ரக்னு தவளைமாதிரி கத்தவேண்டியதுதான்.'

'எனக்கு சிங்காரி வேணும்' என்றாள் ப்ரியா. பரபரவென்று அந்தக் கதவின் அருகே ஓடி அதனைத் திறக்க முயன்றாள், கை எட்டவில்லை. மீண்டும் அழத் தொடங்கினாள்.

'ப்ரியா, நீ கரடியாக் கத்தினாலும், அப்பா வர்றவரைக்கும் நான் அந்தக் கதவைத் திறக்கப்போறதில்லை' என்றாள் விமலா. அதற்குமேல் பேச ஒன்றுமில்லை என்பதுபோல் கண்களை இறுக மூடிக்கொண்டாள்.

குழந்தை அந்தக் கதவின் அருகே மடங்கி உட்கார்ந்து, முன்னிலும் அதிக ஆவேசத்துடன் அழத் தொடங்கியது.

11

பேருந்திலிருந்து இறங்கி, நான்கு தப்படி நடப்பதற்குள் மூச்சிரைக்கிறது.

நரேன் களைப்போடு தன்னுடைய பையை இன்னொரு தோளுக்கு மாற்றினான். இந்த வயதில், என் அப்பா தினமும் ஐந்தாறு கிலோ மீட்டர் நடக்கிறார், ஒரு நாள் தவறாமல் உடற்பயிற்சி செய்கிறார். ஆனால் எனக்கு, பேருந்து நிறுத்தத்தில் இருந்து வீடு போய்ச் சேர்வதற்குள் நாலு வயது கூடிவிட்டாற்போல் உடம்பெல்லாம் வலிக்கிறது.

அநேகமாக, அவனோடு பணிபுரிகிறவர்கள் எல்லோருக்கும், இந்தப் பிரச்னை இருக்கிறது. நாளுக்கு நாள், உடம்பில் வலு குறைந்துகொண்டேபோகிறது. அதைச் சரிசெய்வதற்கான உபாயமும் தெரியவில்லை, அதற்கு நேரமும் இல்லை. வாழ்க்கை சிரமத்துக்குரிய ஒன்றாக மாறிக்கொண்டிருக்கிறது. இத்தனைக்கும், வயது இப்போதுதான் முப்பதைத் தாண்டியிருக்கிறது.

இந்தத் தலைமுறையே இப்படியென்றால், நாளைக்கு ப்ரியா காலத்தில் எல்லோரும் இருபது வயதிலேயே களைத்துப்போய்விடுவார்களோ? நினைத்துப் பார்க்கவே நரேனுக்கு பயமாக இருந்தது.

ஆனால், ப்ரியாவை அப்படிச் சொல்வதற்கில்லை. சாப்பிடுகிற அரை இட்லி, கால் தோசைக்கு நாள்முழுவதும் சுறுசுறுப்பாகவே இருக்கிறாள். பள்ளிப் பாடங்களோ, விளையாட்டுகளோ, அல்லது சும்மா வீட்டைச் சுற்றிவந்துகொண்டிருப்பதோ என எவையும் அவளைக் களைப்படையச் செய்வதில்லை. ஒரு மான் குட்டிபோல் எந்நேரமும் துள்ளாட்டத்துடன்தான் தென்படுகிறாள்.

மான் குட்டி என்றதும், நரேனுக்கு விமலாவின் ஞாபகம் வந்தது. நேற்று ப்ரியாவுடன் வீட்டுக்கு ஒரு புலிக் குட்டி வந்திருப்பதாகச் சொன்னாளே.

விமலாவுக்கு என்ன ஆச்சு? ஏன் இப்படித் திடீரென்று அபத்தமாகப் பேசத் தொடங்கிவிட்டாள்? போயும் போயும் ஒரு புலிக் குட்டியா அவள் கற்பனைக்குச் சிக்கவேண்டும்?

தொலைபேசியில் சொன்னதோடு நிறுத்திக்கொள்ளாமல், நேரில் பார்த்தபோதும் நிஜமாகவே ஒரு புலியைப் பார்த்தவள்போலவேதான் நடந்துகொண்டாள். இது என்னமாதிரியான வினோத விளையாட்டு என்று நரேனுக்குப் புரியவில்லை.

ஒருவேளை, எனக்கு உடல் களைப்புபோல், அவளுக்கு மனம் களைப்படைந்திருக்கக்கூடுமா? நாள்முழுவதும் வீட்டில் சும்மா இருக்கிறாளே, அந்தத் தனிமையில், புத்தி தடுமாறத் தொடங்கிவிட்டதா?

நரேனுக்கு இந்த நினைப்பே ஆயாசம் தருவதாக இருந்தது. இத்தனை வருட மணவாழ்க்கையில் அவ்வப்போது சண்டை, சச்சரவுகள் இருந்திருக்கலாம். ஆனால், குறைகள் என்று எவையும் இல்லை, நிச்சயமாக இல்லை.

விமலாபோல் ஒரு மனைவி கிடைக்கக் கொடுத்துவைத்திருக்கவேண்டும். அவளுக்கு ஒரு பிரச்னை என்றால், அதை முழுவதுமாகத் தீர்க்காதவரை அவனுக்கும் நிம்மதி இருக்காது.

'புலிக் குட்டி' என்று ஒருமுறை உரக்கச் சொல்லிக்கொண்டான் நரேன். தனது கற்பனையில் விமலா ஒரு புலிக் குட்டியைப் பார்க்கிறாள் என்றால், அதற்கு என்ன அர்த்தம்? யாரேனும் மன நல ஆலோசகரைப் பார்த்துக் கேட்டால் புரியும்.

'நான் பைத்தியம் இல்லை நரேன்' நேற்று விமலா சொன்னது இப்போது நரேன் காதுகளில் ஒலித்தது. ஒருவேளை, அவள் சொன்னது உண்மையாக இருக்குமா?

சேச்சே. ப்ரியா அத்தனூண்டு குழந்தை, அவள் கைக்கு எப்படி ஒரு புலிக் குட்டி அகப்படமுடியும்? இன்றைய செய்தித் தாளில்கூட, 'காணாமல் போன புலி' என்று ஏதும் செய்தி படித்ததாக நினைவில்லையே.

ஒருவேளை, ப்ரியாவின் கண்ணில் ஒரு புலிக் குட்டி தென்படுகிறது என்று வைத்துக்கொள்வோம். அவள் என்ன செய்வாள்?

நிச்சயமாக, அதைக் கட்டிப் பிடித்து வீட்டுக்கு அழைத்து வந்துவிடுவாள். தைரியமும் துறுதுறுப்பும் நிறைந்த தன் மகளைப்பற்றி, நரேனுக்கு நன்றாகத் தெரியும்.

ஆனால் இதெல்லாம், கொஞ்சம் அதீதமான கற்பனைகள் இல்லையா? நகர வாழ்க்கையில், புலிக்கு ஏது இடம்? என்னதான் ப்ரியா புறநானூற்றுக் குழந்தையாக இருந்தாலும், அவள் கையில் இப்படி திடுதிப்பென்று ஒரு குட்டிப் புலி அகப்படுவதற்கான வாய்ப்புகள் மிகக் குறைவு. அதெல்லாம் அம்புலி மாமா கதைகளில்தான் நடக்கும்.

நரேன் பெருமூச்சுடன் தலையை உலுக்கிக்கொண்டான். நிச்சயமாக விமலாவிடம்தான் ஏதோ பிரச்னை, கொஞ்சம் நிதானமாக உட்கார்ந்து பேசினால் எல்லாம் சரியாகிவிடும்.

இருண்டு கிடந்த படிகளில் ஏறி, கதவை மெல்லத் தட்டினான் நரேன். தன்னிடமிருந்த சாவியைப் பாக்கெட்டில் தேடி எடுப்பதற்குள், கதவு விருட்டென்று திறக்கப்பட்டது.

பாரதிபோல் தலையில் முண்டாசு கட்டிய விமலா, அவளுடைய

இரவு உடையைப் பிடித்து இழுத்தபடி அழுகையின் குழந்தையாக ப்ரியா.

‘என்னாச்சும்மா?’ பதற்றத்துடன் குழந்தையைக் கையில் அள்ளிக்கொண்டான் நரேன். உள் அறைக் கதவைச் சுட்டிக் காட்டிய குழந்தை, ‘சிங்காரி’ என்று விசும்பியது.

‘சிங்காரியா? அது யாரு?’

‘அந்தக் கதவைக் கொஞ்சம் திறந்து பாருங்க’ என்றாள் விமலா. அவள் குரலில் பயம் இல்லை, ஒருவிதமான வெற்றிப் பெருமிதம்தான் தென்பட்டது.

12

அந்த அறையின் கதவை நரேன் லேசாகத் திறந்தபோது, உள்ளே கும்மிருட்டு. வெளியிலிருந்து ஒரே ஒரு வெளிச்சக் கோடுமட்டும் தரையில் விழுந்திருந்தது.

உள்ளே நுழைந்த நரேனின் கைகள் அனிச்சையாக இடதுபக்கம் நகர்ந்து விளக்கு ஸ்விட்சைத் தட்டின. பளீரென்று வெளிச்சம் விழுந்தபோது, படுக்கையில் அமர்ந்திருந்த அந்தப் புலிக் குட்டி லேசாக நிமிர்ந்து பார்த்தது.

நரேனால் இன்னும் அதை நம்பமுடியவில்லை. ஆனால், இப்படி நேருக்கு நேர், கண்ணுக்குக் கண் பார்த்துவிட்டபிறகு, நம்பாமல் இருப்பதும் சாத்தியமில்லை.

'உனக்கு இன்னும் நம்பிக்கை வரலைன்னா, செல்போன்ல ஃபோட்டோ எடுத்து வெச்சிருக்கேன் நரேன்' என்றாள் விமலா, 'இதுதான், நேத்து ப்ரியாவோட வந்த புலிக் குட்டி!'

நரேன் அவளைத் திரும்பிப் பார்த்த அந்த விநாடியில், அவன் கைப்பிடியிலிருந்து திமிறிக்கொண்டு முன்னே ஓடினாள் ப்ரியா. படுக்கை விளிம்பில் தடுமாறி, மெத்தைமேல் விழுந்தவளை, புலிக் குட்டி லேசாகத் தொட்டுப் பார்த்தது.

விமலாவும் நரேனும் பதற்றமாக முன்னோக்கி நகர்வதற்குள், ப்ரியா படுக்கையில் எழுந்து அமர்ந்து, அந்தப் புலிக் குட்டியை மடியில் போட்டுக்கொண்டு தடவிக் கொடுக்கத் தொடங்கியிருந்தாள். அவள் வாயிலிருந்து ஏதேதோ புதுப்புது கொஞ்சல் மொழிகள் வெளிப்பட ஆரம்பித்திருந்தன.

'ப்ரியா, கம் ஹியர்' விமலாவின் குரல் அதட்டலாக ஒலித்தது.

'ம்ஹூம், வரமாட்டேன்' என்றாள் ப்ரியா, 'நீ மறுபடி சிங்காரியை இருட்டு ரூம்ல வெச்சுக் கதவைப் பூட்டிடுவே.'

'மதியத்திலிருந்து இந்தக் கூத்துதான் நடக்குது நரேன்' என்றாள் விமலா, 'எந்த நேரத்தில அந்தச் சனியன் இவளைக் கடிச்சுத் துப்பப்போகுதோன்னு எனக்கு பயமா இருக்கு, இவளோ, அதுகிட்டேதான் விழுந்து கிடப்பேன்னு பிடிவாதம் பிடிக்கறா...'

நரேன் இன்னும் ப்ரியாமீது வைத்திருந்த பார்வையைத் திருப்பவில்லை. புலிக் குட்டி, மாமிச பட்சிணி, வாய்ப்புக் கிடைத்தால் மனிதனைக்கூடத் தின்று தீர்த்து ஏப்பம் விட்டுவிடக்கூடிய கொடூர ஜந்து, அதைப் பிடித்து மடியில் போட்டுக் கொஞ்சிக்கொண்டிருக்கிறாள். என்ன குழந்தை இவள்?

அவனுக்குள் பயம் படரத் தொடங்கியிருந்தது. நேற்று விமலா என்னவிதமான மன உளைச்சலை அனுபவித்திருப்பாள் என்று இப்போது அவனால் புரிந்துகொள்ளமுடிந்தது.

'ப்ரியா, இங்கே வந்துடும்மா, ப்ளீஸ்' கிசுகிசுப்பான கெஞ்சல் குரலில் கேட்டான் நரேன்.

'அப்பா, நீயும் அம்மா கட்சியில சேர்ந்துட்டியா?' ப்ரியாவின் முகம் இன்னோர் அழுகைக்குத் தயாரானது, 'சிங்காரி பாவம்ப்பா.'

'அது புலிடா செல்லம், உன்னைக் கடிச்சுடும்.'

'நான் எத்தனைவாட்டி சொல்றது? சிங்காரி யாரையும் கடிக்காது, ஓகேயா?'

நரேன் செய்வதறியாது விமலாவைப் பார்த்தான். 'அவளை இழுத்து நாலு சாத்து சாத்துங்க சொல்றேன்' என்றாள் அவள்.

'குழந்தைங்களை அடிக்கறது ரொம்ப சுலபம் விமலா. ஆனா, பதிலுக்கு அதுங்க என்ன செய்யும் சொல்லு? எந்த உதவியும் இல்லாத, எந்தவிதத்திலும் நம்மை பதிலுக்கு எதிர்க்கமுடியாத அதுங்கமேல வன்முறையைச் செலுத்தினா, அது அவங்க மனசில ஆழமாப் பதிஞ்சிடும், என்னிக்கும் மறக்கமுடியாத வடுவாகிடும்.'

'இப்போ நீ அவளை அடிக்கலைன்னா, அந்தப் புலி அடிச்சுடும், பரவாயில்லையா?' என்றாள் விமலா, 'புலிக்கு வறட்டு தத்துவம் பேசத் தெரியாது.'

நரேன், ப்ரியாவைப் பார்த்துப் புன்னகை செய்ய முயன்றான், 'இந்தப் புலி உனக்கு எங்கே கிடைச்சுதும்மா?'

'புலின்னு சொல்லாதேப்பா, சிங்காரின்னு நான்தான் இதுக்குப் பேர் வெச்சிருக்கேனே!'

'சரி ஓகே, இந்தச் சிங்காரியை நீ எங்கிருந்து பிடிச்சுக்கிட்டு வந்தே?'

'பிடிக்கலைப்பா, அந்த டிராஃபிக் சிக்னல் ஓரமா நின்னு கிட்டிருந்தது, வா-ன்னு கூப்டேன், வந்துடுச்சு' கலகலவென்று சிரித்தது குழந்தை, 'க்யூட் சிங்காரி.'

விமலாவின் முகத்தில் எள்ளும் கொள்ளும் வெடிக்கத் தொடங்கியிருந்தது. 'அந்த வேன் டிரைவர்ட்ட எத்தனைவாட்டி சொல்லியிருக்கேன், கண்ட எடத்துல வண்டியை நிறுத்தாதேன்னு.'

'போம்மா, உன் பேச்சு டூ' என்றாள் ப்ரியா, 'நீ எப்பப்பார் சிங்காரியைத் திட்டிக்கிட்டே இருக்கே.'

'திட்டாம, பின்னே? அள்ளிக் கொஞ்சுவாங்களா?' என்றபடி முன்னே நகர்ந்தாள் விமலா. பயந்துபோன குழந்தை, புலியைத் தூக்கிக்கொண்டு கட்டிலின் பின்பகுதிக்கு ஓடியது.

‘விமலா, கொஞ்சம் பொறு’ என்று அவள் கையைப் பிடித்து நிறுத்தினான் நரேன், ‘ப்ரியா, இந்தப் புலியை வீட்ல வெச்சுக்கறது ரொம்ப ஆபத்தும்மா, போலீஸுக்குத் தெரிஞ்சா, நம்ம எல்லோரையும் ஜெயில்ல தள்ளிடுவாங்க.’

குழந்தை அவனை நம்பமுடியாமல் பார்த்தது, ‘நிஜமாவா?’ என்றது பயந்த குரலில்.

‘ஆமாம் ப்ரியா’ என்றான் நரேன், ‘நீ என்னோட வா, இந்த புலியை அதோட வீட்ல விட்டுட்டு வந்துடலாம், சரியா?’

‘ம்ஹூம், வரமாட்டேன்’ என்றாள் ப்ரியா, ‘சிங்காரி இனிமே என்னோடதான் இருக்கும், இதுதான் அதோட வீடு.’

இப்போது நரேன் பொறுமையிழந்திருந்தான், ‘சொன்னாக் கேளு ப்ரியா’ என்று அவன் அவளை வளைத்துப் பிடிப்பதுபோல் நகர, ப்ரியா கீச்சுக் குரலில் கத்தினாள், ‘நோஓஓஓ...’

கட்டிலின் மறு ஓரத்தில் எழுந்து நின்றபடி, அம்மாவையும் அப்பாவையும் மாறி மாறிப் பார்த்தாள் ப்ரியா. பின்னர் நிதானமான, ஆனால் அழுத்தமான குரலில், ‘கிட்டே வந்தீங்கன்னா, சிங்காரியை விட்டு உங்களைக் கடிக்கச் சொல்லிடுவேன், கேர்ஃபுல்’ என்றாள்.

13

ப்ரியா அசந்து தூங்கிக்கொண்டிருந்தாள். பக்கத்திலேயே அந்தப் புலிக் குட்டியும்.

தூங்கும்போது, எல்லாமே அழகாகத்தான் இருக்கிறது. இப்போது ப்ரியாவைப் பார்த்தால் குறும்புப் பிள்ளைபோல் தெரியவில்லை. அந்தப் புலியும் ஆட்கொல்லிபோலின்றி, ஐந்து மாதக் குழந்தையைப்போல்தான் சுருண்டு படுத்துத் தூங்குகிறது.

நரேன் ப்ரியாவை தூக்க முயன்றான். 'ம்ம்ம்' என்று முனகியவள், அனிச்சையாகத் தனது புலியை இறுகப் பற்றிக்கொண்டாள்.

'வேண்டாம் விடுங்க' என்றாள் விமலா, 'இவ தூக்கக் கலக்கத்தில புலியைப் பிடிக்கப்போய், அது கோபப்பட்டு கடிச்சுடப்போகுது'

'பின்னே என்னதான் பண்றது?' என்றான் நரேன் எரிச்சலுடன்.

'என்னைக் கேட்டா? நானா வீட்டுக்குள்ளே புலியைக் கொண்டுவந்தேன்?'

'நான் அப்படிச் சொல்லலை' என்றான் நரேன் அவசரமாக, 'ஆனா, மிருகங்கள்ல எது நல்லது, எது கெட்டது, ஆபத்தானதுன்னு நாமதான் ஒழுங்காச் சொல்லிக் கொடுத்திருக்கணும்.'

'நிஜமாவே 'நாம'ன்னு மனசறிஞ்சு சொல்றீங்களா? இல்லை,

எனக்குப் பிள்ளையை வளர்க்கத் தெரியலைன்னு குத்திக் காட்டறீங்களா?’

‘கமான் விமலா, இந்த நேரத்தில நாம சண்டை போட்டுக்கறதில எந்தப் பிரயோஜனமும் இல்லை’ ப்ரியாவை ஒரு சிறு சால்வை கொண்டு போர்த்தினான் நரேன், ‘அடுத்து என்ன செய்யறதுன்னு இப்போ நாம யோசிச்சாகணும்.’

‘இன்னும் கொஞ்ச நேரத்தில அவ நல்லாத் தூங்கிடுவா’ என்றாள் விமலா, ‘நான் முன்னே செஞ்சமாதிரி, அந்தப் புலியை எங்காவது தொலைதூரத்தில கொண்டுபோய் விட்டுட்டு வந்துடுங்க, வேற வழியே இல்லை.’

‘செய்யலாம், ஆனா, புலி மறுபடி திரும்பி வந்துடாதுன்னு என்ன நிச்சயம்?’

விமலா பதில் பேசவில்லை.

‘தவிர, ப்ரியாவோட பிடிவாதம் ஊருக்கே தெரியும், தூங்கி எழுந்ததும், என் புலியைக் காணோம்ன்னு ஆர்ப்பாட்டம் செஞ்சா, நாம என்ன சொல்றது?’

‘அதெல்லாம் யோசிச்சா முடியுமா நரேன்? இப்போ இந்தப் பிள்ளைக்குப் பயந்து புலி வளர்க்கலாம்ன்னு சொல்றியா? இல்லை, புலிக்கு பயந்து வீட்டைக் காலி பண்ணிக்கிட்டு ஓடிடணும்ன்னு சொல்றியா?’

‘ரெண்டும் இல்லை விமலா, என்ன செய்யமுடியும்ன்னு உன்கிட்டே கேட்கறேன், அவ்ளோதான்’ என்றான் நரேன், ‘எல்லா விஷயத்திலயும் ஆம்பளைங்கதான் கச்சிதமா முடிவெடுக்கணும்ன்னு எதிர்பார்க்கிறதை முதல்ல நிறுத்து, நாங்களும் உங்களைமாதிரி மனுஷங்கதான், உங்களுக்கு இருக்கிற குழப்பம், தடுமாற்றம், டென்ஷன் எல்லாமே எங்களுக்கும் உண்டு.’

‘இப்பவாச்சும் அது புரியுதே, அந்தமட்டும் சந்தோஷம்’ விமலாவின் குரலில் கேலி நிரம்பி வழிந்தது. மறுவிநாடி சீரியஸ் முகபாவத்துக்கு மாறிக்கொண்டவள், ‘முதல்ல இந்தப் புலியை

ஒழிச்சுக் கட்டற வழியைப் பார்க்கணும்' என்றாள்.

'புலியைத் தூக்கி எறியறது சுலபம், அதை ப்ரியா மனசிலிருந்து விலக்கறதுதான் கஷ்டம்' என்றான் நரேன், 'ப்ரியா யார் சொன்னாக் கேட்பா?'

'யார் சொன்னாலும் கேட்கமாட்டா' என்றாள் விமலா, 'நம்ம ரெண்டுபேருக்கும் பிடிவாத குணம் உண்டு, அது குழந்தைக்கு டபிள் மடங்கா வராம போகுமா?'

அவளுடைய கிண்டலைக் கண்டுகொள்ளும் மனநிலையில் நரேன் இல்லை. சிறிது நேரம் அமைதியாக யோசித்தபின், 'ஹரி அங்கிள்?' என்றான் திடீரென்று.

விமலாவின் முகத்தில் உடனடி பிரகாசம் தோன்றியது, 'நல்ல ஐடியா' என்றாள், 'அவரை ப்ரியாவுக்கு ரொம்பப் பிடிக்கும், அவர் சொன்னா, எதையும் தட்டமாட்டா.'

'சரி, கிளம்பு.'

'இப்பவா? மணி எட்டரை ஆகுது நரேன்.'

'இந்த விஷயத்தில தாமதம் பண்ணக்கூடாது விமலா' என்றான் அவன், 'இப்படி ஒரு எமர்ஜென்ஸின்னு நான் அவருக்கு போன் பண்ணிப் பேசறேன், உடனே ப்ரியாவையும் அழைச்சுக்கிட்டு அவர்ட்ட போய்ட்டு வந்துடலாம்.'

14

ஹரி அங்கிள் வீட்டு வாசலிலேயே காத்திருந்தார். இவர்களைப் பார்த்ததும், ‘வாங்க, வாங்க’ என்று முகம் மலர வரவேற்றார், ‘ஹலோ ப்ரியா, எப்படியிருக்கே?’

குழந்தை இன்னும் தூக்கம், அழுகையிலிருந்து விடுபட்டிருக்கவில்லை. ஆனாலும், ஹரி அங்கிளைப் பார்த்ததும் அவள் முகம்முழுவதும் சந்தோஷச் சிரிப்பு தொற்றிக்கொண்டது.

மூன்றரை வயதில், ப்ரியாவை மாண்டிசோரி பள்ளியில் சேர்த்தபோது, அந்தப் பள்ளியின் முதல்வர் ஹரி. குழந்தைகள் அவரை ‘ஹரி அங்கிள்’ என்றுதான் ஆசையோடு அழைப்பார்கள்.

தினந்தோறும் குழந்தைகள் ஒவ்வொருவருக்கும் அவர்கள் பெயரைச் சொல்லி, காலை வணக்கங்களுடன் வரவேற்பதில் தொடங்கி, நாள்முழுவதும் பள்ளியைச் சுற்றிச் சுற்றி வருவார் ஹரி. அவருடைய சிரித்த முகத்தால், குழந்தைகள் தங்களுடைய சந்தோஷங்கள், கவலைகள் எல்லாவற்றையும் அவரிடம் பகிர்ந்துகொள்ளும். எந்தப் பிரச்னையானாலும் ஹரி அங்கிளிடம் அதற்கு ஒரு பதில் இருக்கும்.

இந்தப் பிரச்னைக்குமா? நரேன், ப்ரியா கையில் இருந்த புலிக் குட்டியைக் கவலையுடன் பார்த்தான்.

'இதுதான் சிங்காரியா?' என்று ஆவலுடன் கேட்டார் ஹரி அங்கிள், 'சூப்பர் பேரா இருக்கே, யார் வெச்சது?'

'நான்தான்' என்று நெஞ்சு தட்டிக் காண்பித்தாள் ப்ரியா, 'நல்லாயிருக்கா?'

'பிரமாதம்' என்றார் ஹரி, 'இந்தப் பேருக்கு என்ன அர்த்தம் தெரியுமா?'

'ம்ஹூம்' குழந்தை உதட்டைப் பிதுக்கியது.

'சிங்காரம்ன்னா அழகு, சிங்காரின்னா, அழகான புலின்னு அர்த்தம்' என்ற அவர், இடது பக்கமிருந்த வரவேற்பு அறையைச் சுட்டிக்காட்டினார், 'நீயும் சிங்காரியும் இங்கே விளையாடுங்க.'

'மிஸ்டர் ஹரி' என்று ஏதோ பேச வந்த நரேனை, பார்வையால் அமைதிப்படுத்தினார் அவர், 'ப்ரியாவுக்கு ஒண்ணும் ஆகாது, ஷீ வில் பி ஆல்ரைட், கவலைப்படாதீங்க.'

ப்ரியா துள்ளாட்டத்துடன் அந்த அறைக்குள் சென்றாள். அவள் பார்வையில் படுமாறு அவர்கள் கூடத்தில் அமர்ந்தார்கள், 'எதுனா சாப்பிடறீங்களா?'

'ஒண்ணும் வேணாம் சார்' என்றாள் விமலா, 'நாங்க இப்போ எதையும் சாப்பிடற நிலைமையில இல்லை.'

'அநாவசியமா டென்ஷன் ஆகாதீங்க மிஸஸ் விமலா' ஹரியின் சிரிப்பில் துளி மாற்றம் இல்லை, 'இதெல்லாம் சாதாரண விஷயம்?'

'எது? ஆறு வயசுப் பொண்ணு புலிக் குட்டி வளர்க்கறதா?'

'ஆமா!' என்றார் ஹரி, 'எனக்குத் தெரிஞ்ச ஒரு நாலரை வயசுப் பையன், டைனோசர் வளர்த்துக்கிட்டிருக்கான், இன்னொரு பொண்ணு டிராகன் வளர்த்து அதுக்கு 'தீபா'ன்னு செல்லப் பெயர் வெச்சிருக்கு!'

‘மிஸ்டர் ஹரி, இதெல்லாம் ஏதோ கற்பனைமாதிரி இருக்கு’ என்றான் நரேன், ‘எங்களால நம்பமுடியலை!’

‘இந்தப் புலி வீட்டுக்குள்ள வர்றவரைக்கும், நீங்க அதை நம்பினீங்களா?’

‘ம்ஹூம், இல்லை.’

‘அந்தமாதிரிதான், குழந்தைகளோட உலகம் அலாதியானது, அங்கே என்ன நடக்கும், எது நடக்கும்ன்னு நம்மால கற்பனைகூடச் செய்யமுடியாது!’

‘இப்போ இந்தப் புலியை என்ன செய்யறது சார்?’

‘ஒண்ணும் செய்யவேண்டாம் நரேன்’ அவர் மிக அமைதியாகச் சொன்னார், ‘காலப்போக்கில எல்லாம் சரியாயிடும்ன்னு நம்புங்க, அது ஒண்ணுதான் நம்மால செய்யக்கூடியது.’

‘ஆனா, இப்படி ஒரு புலியோட அவ கொஞ்சறதும், விளையாடறதும் ஆபத்தில்லையா?’

‘ஆபத்துன்னு நினைச்சா, நாம சாதாரணமா ரோட்ல நடந்து போகறதுகூட ரிஸ்க்தான், அதுக்காக வீட்ல அடைஞ்சு கிடக்கமுடியுமா?’ என்றபடி ஒரு பாக்கெட் பிஸ்கட்களைப் பிரித்துவைத்தார் அவர், ‘ப்ரியாவை அவபோக்கில விடுங்க, அதேசமயம் அந்தப் புலிமேல ஒரு கண் வெச்சுக்கோங்க, எதுனா பிரச்னை வருதுன்னு தெரிஞ்சாமட்டும், நாம தலையிடணும், அதுவரைக்கும் அவங்களைக் கட்டுப்படுத்த முயற்சி பண்ணக்கூடாது.’

‘என்ன சார் இப்படிச் சொல்றீங்க?’ விமலா திகைப்புடன் கேட்டாள், ‘நீங்க ப்ரியாவுக்கு புத்தி சொல்வீங்கன்னு நினைச்சுக் கூட்டிக்கிட்டு வந்தோம்...’

‘ப்ரியாவுக்கு நான் சொல்றதுக்கு எதுவுமே இல்லைங்க, அவளோட மனோநிலையை என்னால நல்லாப் புரிஞ்சுக்கமுடியுது’ என்றார் ஹரி, ‘புலி ஆபத்தானதுன்னு நீங்க நினைக்கறீங்க, அப்படி இல்லைன்னு அவ பிடிவாதமா நினைக்கறா, நாம நம்ம எண்ணத்தை அவமேல திணிக்க முயற்சி பண்ணும்போது,

அவளுக்கு வேணும்ன்னே அதை மீறணும்ன்னு தோணும், நீங்க நல்லதையே சொன்னாலும், பிடிவாதமா அதை மீறுவா, அவ ஒரு புரட்சிக்காரியா, ரெபலா மாறிடுவா, அழுத்தமான காரணம் எதுவும் இல்லாத புரட்சி, ஆபத்துதானே?'

சில விநாடிகளுக்கு அந்த அறையில் யாரும் பேசவில்லை. ஹரி ஒரு சின்னச் சிரிப்புடன் அந்த மௌனத்தை முடித்துவைத்தார், 'நீங்க நினைக்கிறமாதிரி, இந்தப் புலி, நிஜமான மிருகம் இல்லை, அது ஒரு கற்பனைப் பிராணிதான், குழந்தைகள் தங்களை மீறி வேறவிதமா வளர்றாங்களோ, திசைமாறிப் போறாங்களேன்னு பெற்றோர் நினைக்கிறபோதுதான், அந்தப் புலி உங்க கண்ணில படும்.'

'சிங்காரி, ப்ரியாவுக்கு எவ்வளவு முக்கியம்ங்கறதை உங்களால இப்போ புரிஞ்சுக்கமுடியாது, காரணம், நீங்க ஒரு குழந்தையோட கோணத்திலிருந்து அந்தப் புலியைப் பார்க்கலை, ராட்சஸ மிருகமாதான் நினைக்கறீங்க, பயப்படறீங்க, அந்த நினைப்பு தப்புன்னு ப்ரியா உங்களுக்கு நிரூபிக்கலாம், அல்லது, உங்க நினைப்பு சரியா இருக்கலாம், ப்ரியா புலிகிட்ட இருந்து தானா விலகலாம், எல்லாத்துக்கும் காலம் ஒண்ணுதான் பதில் சொல்லமுடியும்.'

நரேன் சங்கடமாக ப்ரியாவைத் திரும்பிப் பார்த்தான். இன்னும் அவன் முகத்தில் இருந்த கலக்கம் விலகியிருக்கவில்லை. சந்தோஷக் கூச்சலிட்டபடி மேலும் கீழும் எகிறிக் குதிக்கும் ப்ரியா, அவளுடைய புலியை மூவரும் கண்ணிமைக்காமல் பார்த்தபடி இருந்தார்கள்.

'கவலைப்படாம வீட்டுக்குப் போங்க நரேன்' என்றார் ஹரி, 'முடிஞ்சா, அந்த சிங்காரியை நீங்களும் சிநேகிதம் பிடிச்சு வெச்சுக்கோங்க, பல விதத்தில உதவும்' என்றதும் அவர்கள் இருவரும் அரைமனமாகச் சிரித்தார்கள்.

சில நிமிட அமைதிக்குப்பிறகு, நரேன் எழுந்துகொண்டான், 'ப்ரியா, கிளம்பலாமா?'

குழந்தை விளையாடுவதை நிறுத்திவிட்டு, அவனைக் கூர்மையாகப் பார்த்தாள், 'சிங்காரி?'

‘அவளும்தான்’ என்றான் நரேன், ‘ரெண்டு பேரும் கிளம்புங்க, வெளியே ஹோட்டல்ல சாப்பிட்டுட்டு வீட்டுக்குப் போகலாம்.’

அவர்கள் படிகளில் இறங்கிக் கீழே வந்தபோது, நன்றாக இருட்டியிருந்தது. மஞ்சள் நிற விளக்கு வெளிச்சத்தில் ப்ரியாவையும் அவள் கையிலிருந்த புலியையும் பார்த்த சிலர், சற்றே முகம் சுளித்தார்கள்.

விமலா சங்கடமாக நரேனைத் திரும்பிப் பார்த்தாள். அவன் தீராத அவமானத்துக்கு உட்பட்டவன்போல் லேசாகத் தலைகுனிந்து நடந்துகொண்டிருந்தான்.

ஆனால் ப்ரியாவிடம் எந்தவிதமான பயமோ, கூச்சமோ இல்லை, இந்த உலகமே எனக்கும் என் புலிக்கும்தான் சொந்தம் என்பதுபோல் முன்னே துள்ளி நடந்துகொண்டிருந்தாள் அவள்.

(நிறைந்தது)

தெளிவான எழுத்தும் ஆழமான ஆய்வும் நிறைந்த நூல்களுக்காகத் தமிழ் வாசகர்களிடையில் நன்கு அறியப்பட்டுள்ள என். சொக்கன் புனைவு, வாழ்க்கை வரலாறு, நிறுவன வரலாறு, தன்னம்பிக்கை, சிறுவர் இலக்கியம் உள்ளிட்ட துறைகளில் இதுவரை எழுபதுக்கும் மேற்பட்ட நூல்கள், நூற்றுக்கணக்கான கதைகள், கட்டுரைகளை எழுதியுள்ளார். விரிவான ஆய்வுகள், சான்றுகளின் அடிப்படையிலான ஆழமான வரலாற்று நூல்களைத் தமிழில் எழுத இயலும், அவற்றைப் பெரும்பான்மை வாசகர்களுக்குக் கொண்டுசேர்க்கவும் இயலும் என்பதைப் பலமுறை நிரூபித்த எழுத்து வகை இவருடையது.

தமிழ், ஆங்கிலம் ஆகிய இரு மொழிகளிலும் எழுதும் சொக்கனுடைய நூல்கள் ஹிந்தி, கன்னடம், மலையாளம் உள்ளிட்ட பல மொழிகளில் மொழிபெயர்ப்பாகியுள்ளன.

www.ingramcontent.com/pod-product-compliance
Ingram Content Group UK Ltd.
Pitfield, Milton Keynes, MK11 3LW, UK
UKHW041846200726
13854UKWH00005BA/2248